കണക്കിനെ ജയിക്കാൻ
ഒരു വിജയമന്ത്രം

kanakkine jayikkan oru vijayamandram

•

sudheesh minni

•

first edition
july 2016

•

published
chintha publishers, thiruvananthapuram

•

typesetting
star communications, thiruvananthapuram

•

printed
akshara offset, thiruvananthapuram

•

cover
boby

വിതരണം

ദേശാഭിമാനി ബുക്ക് ഹൗസ്

H O തിരുവനന്തപുരം–695 035
Ph: 0471-2303026, 6063020
www.chinthapublishers.com
chinthapublishers@gmail.com

ബ്രാഞ്ചുകൾ

ഹെഡ്ഡാഫീസ് ബ്രാഞ്ച് കുന്നുകുഴി • സ്റ്റാച്യു തിരുവനന്തപുരം • കെ എസ് ആർ ടി സി ബസ് സ്റ്റേഷൻ ആലപ്പുഴ • കെ എസ് ആർ ടി സി ബസ് സ്റ്റേഷൻ എറണാകുളം • മച്ചിങ്ങൽ ലെയ്ൻ തൃശൂർ • ഐ ജി റോഡ് കോഴിക്കോട് • മാവൂർ റോഡ് കോഴിക്കോട് • എൻ ജി ഒ യൂണിയൻ ബിൽഡിങ് കണ്ണൂർ • സെൻട്രൽ ബസ് ടെർമിനൽ കോംപ്ലക്സ് താവക്കര കണ്ണൂർ

CO - 2390 / 3929
ISBN - 978-93-86112-59-0

കണക്കിനെ ജയിക്കാൻ ഒരു വിജയമന്ത്രം

(വൈജ്ഞാനികം)

സുധീഷ് മിന്നി

ചിന്ത പബ്ലിഷേഴ്സ്
തിരുവനന്തപുരം-695 035
വില : ₹ 110

സുധീഷ് മിന്നി

കണ്ണൂർ ജില്ലയിൽ തലശ്ശേരി താലൂക്ക് കണ്ടംകുന്ന് വില്ലേജിൽ ആയിത്തറയിൽ ഇടത്തരം കർഷക കുടുംബത്തിൽ ജനനം. പിതാവ്: പൊനോൻ ശ്രീധരൻ. മാതാവ്: മിന്നി സുലോചന. ജ്യേഷ്ഠൻ: മിന്നി സന്തോഷ്. അവിവാഹിതൻ. പ്രാഥമിക വിദ്യാഭ്യാസം ആയിത്തറ മമ്പറം സ്കൂളിൽ, തുടർന്ന് വിവിധ വിദ്യാഭ്യാസ സ്ഥാപനങ്ങളിൽ നിന്നായി. ഉന്നത പഠനം. ഗണിതശാസ്ത്രം എം എസ് സി ബിരുദാനന്തര ബിരുദം.

ഈസി മാത്സ് എന്ന പേരിൽ ഇന്ത്യൻ ഗണിത ശാസ്ത്രവുമായി ബന്ധപ്പെട്ട് ഇംഗ്ലീഷിൽ ഒരു പുസ്തകം രചിച്ചിട്ടുണ്ട്.

ഉള്ളടക്കം

പ്രസാധകക്കുറിപ്പ്

വിവിധ മത്സരപ്പരീക്ഷകൾക്ക് തയ്യാറെടുക്കുന്നവർക്കും വിദ്യാർത്ഥികൾക്കും അദ്ധ്യാപകർക്കും ഉപകരിക്കുന്ന രീതിയിലാണ് സുധീഷ് മിന്നി ഈ ഗണിതപുസ്തകം തയ്യാറാക്കിയിരിക്കുന്നത്.

ഇന്ത്യൻ ഗണിത പാരമ്പര്യത്തിലെ 'വേദഗണിത'മാണിത്. പുതിയ കാലഘട്ടത്തിന് അനുയോജ്യമായ വിധത്തിലാണ് ഗ്രന്ഥകാരൻ ഈ പുസ്തകം തയ്യാറാക്കിയിരിക്കുന്നത്. ഗണിത പഠിതാക്കൾക്ക് ഈ കൃതി ഉപകാരപ്പെടുമെന്ന പ്രതീക്ഷയോടെ

ചിന്ത പബ്ലിഷേഴ്സ്

അവതാരിക

ഭാരതത്തിന് മഹത്തായ ഒരു വൈജ്ഞാനിക പൈതൃകം അവകാശപ്പെടാനുണ്ട്. ലോകത്തിലെ ആദ്യത്തെ സർവ്വകലാശാലകളായ നളന്ദ, തക്ഷശില എന്നിവ രൂപംകൊണ്ടത് ഭാരതത്തിലാണ്. വേദങ്ങളും ഉപനിഷത്തുകളുമൊക്കെ അർത്ഥപൂർണ്ണമായി പഠിക്കാൻ തുടങ്ങിയതും ഇവിടെയാണ്. ആയുർവ്വേദവും യോഗയും ഗണിതശാസ്ത്രവും തച്ചുശാസ്ത്രവുമൊക്കെ ഭാരതത്തിന്റെ വൈജ്ഞാനിക ശാഖയിൽ പ്രമുഖ സ്ഥാനം വഹിക്കുന്നുണ്ട്. ഇവയിൽ ഗണിതശാസ്ത്രം പ്രത്യേകം പ്രാധാന്യമർഹിക്കുന്നു. പ്രപഞ്ചത്തിന്റെ സകല പ്രതിഭാസങ്ങളിലും കാണപ്പെടുന്ന ഏക വിഷയമായ ഗണിതശാസ്ത്രത്തിലെ ഏറ്റവും മികച്ച കണ്ടുപിടുത്തമായ പൂജ്യം ഭാരതത്തിന്റെ സംഭാവനയാണ്. ഗണിതക്രിയകൾ അത്ഭുതകരമായ രീതിയിൽ എളുപ്പമാക്കാൻ പൂജ്യമാണ് നിമിത്തമായത്.

പൂജ്യത്തിന്റെ കണ്ടുപിടുത്തം ചക്രത്തിന്റെ കണ്ടുപിടുത്തത്തോട് ഉപമിക്കാം. യന്ത്രങ്ങളുടെ ലോകത്ത് ചക്രത്തിന്റെ കണ്ടുപിടുത്തം വലിയ മാറ്റമാണ് വരുത്തിയത്. ഇതുപോലെ ഗണിത പ്രപഞ്ചത്തിൽ പൂജ്യവും അത്തരത്തിൽ മാറ്റം വരുത്തി. സമതലത്തിലൂടെ ഒഴുകിക്കൊണ്ടിരിക്കുന്ന ഒരു നദിക്ക് ചെങ്കുത്തായ ഒരു പാത ലഭിച്ചാൽ ഒഴുക്കിന് എത്ര മാറ്റമുണ്ടാവുമോ അത്രയും മാറ്റമാണ് പൂജ്യവും, ചക്രവും മനുഷ്യ ചരിത്രത്തിൽ ഉണ്ടാക്കിത്തീർത്തത്. ഇവ രണ്ടിന്റെയും ചിഹ്നം ഒന്നുതന്നെ എന്നതും ആശ്ചര്യമായി തോന്നുന്നു. പൂജ്യം ആധുനിക കമ്പ്യൂട്ടറിന്റെ മുഖ്യ ചാലകമാണ്. നമ്മുടെ ജീവിതത്തിന്റെ സമസ്ത മേഖലയെയും സ്വാധീനിക്കുന്ന കമ്പ്യൂട്ടർ ഒരർത്ഥത്തിൽ ഗണിത ശാസ്ത്രത്തിന്റെ സംഭാവന കൂടിയാണ്.

ഗണിതത്തിന് ഇത്രയേറെ പ്രധാന്യമുണ്ടെങ്കിലും ഭൂരിപക്ഷം

പേർക്കും അത് ഒരു കീറാമുട്ടിയാണ്. കുട്ടികളിൽ ഭൂരിപക്ഷംപേരും പരാജയപ്പെടുന്നത് ഗണിതത്തിലാണ്. എന്തുകൊണ്ടാണ് ഗണിതം ഇത്രമേൽ വെറുക്കപ്പെട്ടതായത്? ഗണിതക്രിയകൾ സങ്കീർണ്ണമായത് തന്നെ ഒരു പ്രധാന കാരണം. അതിനാൽ ഗണിതക്രിയകൾ എളുപ്പമുള്ള താക്കിയാൽ ഒരു പരിധിവരെ ഗണിതം രസകരമായി അനുഭവപ്പെടും.

സുധീഷ് മിന്നിയുടെ *കണക്കിനെ ജയിക്കാൻ ഒരു വിജയമന്ത്രം* എന്ന പുസ്തകം പ്രസക്തമാകുന്നത് ഈ കാരണത്താലാണ്. വേദകാലത്ത് ഭാരതീയർ കണ്ടുപിടിച്ച് ഇപ്പോൾ വേദഗണിതം എന്നറിയപ്പെടുന്ന ഗണിതശാസ്ത്രത്തിലെ ക്രിയ ചെയ്യാനുള്ള വഴികൾ പൂജ്യത്തെ അടിസ്ഥാനമാക്കിയുള്ളതാണ്. ഗണിതം എളുപ്പമാക്കാൻ ആഗ്രഹിക്കുന്ന ഏവർക്കും ഈ പുസ്തകം വലിയ പ്രയോജനം ചെയ്യും.

ഈ പുസ്തകത്തിന് അവതാരിക എഴുതാൻ മറ്റ് ഏതെങ്കിലും വിദഗ്ദ്ധരെ ഏല്പിക്കുന്നതല്ലേ ഉചിതം എന്ന് ഞാൻ പലതവണ ചോദി ക്കുകയുണ്ടായി. കാരണം, ഗണിതശാസ്ത്രത്തെക്കുറിച്ച് ആധികാരികമായി പറയാൻ എനിക്ക് അർഹതയില്ല. പക്ഷേ, അദ്ദേഹം നിർബ്ബന്ധം പിടിച്ചു. ഈ കാലത്ത് ജനങ്ങളെ വഴിതെറ്റിക്കുന്നതിന് വേദങ്ങളും മറ്റും ദുരുപയോഗം ചെയ്യപ്പെടുന്നു. അധീശവർഗ്ഗം മഹാഭൂരിപക്ഷം വരുന്ന ജനങ്ങളെ അടിച്ചമർത്തുന്നതിന് വേദങ്ങളെ ആധാരമാക്കിയിട്ടുണ്ട്. ജാതി വ്യവസ്ഥയെയും അതിന്റെ ഭാഗമായ മനുഷ്യർക്കിടയിലുള്ള വിവേച നത്തെയും ഒരുകാലത്ത് ന്യായീകരിച്ചത് വേദങ്ങളെ പിടിച്ച് ആണയി ട്ടുകൊണ്ടാണ്. വേദ മനനസത്രങ്ങളും ഇന്ന് വേദ പാഠശാലകളും മറ്റും നടത്തി ജനങ്ങൾക്കിടയിൽ മതസ്പർദ്ധ ഉണ്ടാക്കാനാണ് ശ്രമം നടന്നു വരുന്നത്. ബി സി 1500 നും 1000 നും ഇടയിലുള്ള കാലമാണ് വേദകാലം ഇത്രയും പഴക്കമുള്ള വൈജ്ഞാനിക പൈതൃകം ഏതെങ്കിലും മതവിഭാഗത്തിന്റേത് മാത്രമായി കാണാൻ കഴിയില്ല.

രാഷ്ട്രീയ സ്വയം സേവക് സംഘിന്റെ പ്രചാരകനായി വിവിധ സംസ്ഥാനങ്ങളിൽ പ്രവർത്തിച്ച അനുഭവമുള്ള സുധീഷിന് എങ്ങനെ യാണ് വേദഗണിതത്തെ സങ്കുചിതമായി ഉപയോഗപ്പെടുത്തിയത് എന്ന തിന്റെ കൃത്യമായ അനുഭവമുണ്ട്. മതഭ്രാന്തിനോളം ചെന്നെത്തുന്ന വേദഗണിതത്തിന്റെ വ്യഖ്യാന ചട്ടക്കൂടിൽനിന്നും അദ്ദേഹം നേരത്തെ പുറത്ത് കടന്നു. അമൂല്യമായ ഈ വൈജ്ഞാനിക സമ്പത്ത് വിശാല വീക്ഷണത്തോടെ സമൂഹത്തിന് പകർന്നുകൊടുക്കുകയാണ് ഈ പുസ്ത കത്തിലൂടെ അദ്ദേഹം ചെയ്യുന്നത്. ഗഹനവും സങ്കീർണ്ണവും വിരസവുമായി അറിയപ്പെടുന്ന ഗണിതത്തെ ലളിതമായി മനസ്സിലാക്കാൻ ഉപകരിക്കുന്ന ഈ ഗ്രന്ഥത്തെ വിദ്യാർത്ഥികൾക്ക് മുമ്പിൽ സമർപ്പി ക്കുന്നു.

പി ജയരാജൻ

വേദഗണിതം മതനിരപേക്ഷ സങ്കല്പത്തിലൂടെ

പുരാതന ഭാരതം ഒരുപാട് ശാസ്ത്രപുരോഗതിക്ക് വെള്ളിവെളിച്ചം നല്കിയതാണെന്ന് നിസ്സംശയം പറയാം. ആയുർവ്വേദവും യോഗയും നമ്മുടെ നിത്യജീവിതത്തിന്റെ ഭാഗംതന്നെ. കലയും സംസ്കാരവും പൗരാണിക ഭാരതത്തിന് ഒരുപാട് നിറം നല്കി. ഭരതനാട്യവും കഥകളിയുമൊക്കെ ഓരോ മനുഷ്യന്റെ മനസ്സിലും അനുഭൂതിയുടെ കൂത്തരങ്ങുകൾ തീർക്കുന്നതാണ്.

ഇതുപോലെ തന്നെയാണ് ഗണിതവും. പൂജ്യം കണ്ടുപിടിച്ചത് ഭാരതീയരാണ്. ഗണിതശാസ്ത്രത്തിന്റെ ഏറ്റവും വലിയ മാറ്റം തുടങ്ങിയതും ശൂന്യമെന്ന പൂജ്യത്തിന്റെ കണ്ടെത്തലോടുകൂടിയാണ്. വരാഹമിഹിരനും ആര്യഭടനും ഭാസ്കരാചാര്യരും, ബ്രഹ്മഗുപ്തനും ശ്രീധരാചാര്യനും സംഗ്രമഗ്രാമ മാധവനും എല്ലാം ഗണിത ശാഖയ്ക്കു വിവിധ വേഷ ഭാവങ്ങൾ നല്കിയ ആചാര്യന്മാരാണ്. ഭാരതത്തിന്റെ തച്ചുശാസ്ത്ര സങ്കല്പം ലോകത്തിന്റെ മുൻപിൽ പ്രശംസ പിടിച്ചുപറ്റിയ ഒന്നാണ്. *തന്ത്രസംഗ്രഹം* എന്ന അമൂല്യമായ ഗ്രന്ഥം വിദേശ ഭാഷകളിലേക്ക് വിവർത്തനം ചെയ്ത ചില അമൂല്യഗ്രന്ഥങ്ങളിൽ ഒന്നാണ്. ഒരു മരം കണ്ടാൽ അളന്നു നോക്കാതെ അടി കണക്കുകൾ പറയുന്ന ആശാരിമാർ നമ്മുടെ നാട്ടിൽ ധാരാളമാണ്. പ്രാഥമിക വിദ്യാഭ്യാസം പോലുമില്ലാതെ കണക്കുകൾ കൊണ്ട് വീടിന്റെ ഉത്തരം തീർക്കുമ്പോൾ ആ ഗണിത കൃത്യത അത്ഭുതാവഹം തന്നെ. കണക്കിനെ ഭയത്തോടെ കാണുന്ന ഇന്നത്തെ സമൂഹത്തിനു കഥകളിലൂടെ ഹൃദ്യമായി ഗണിതം പഠിപ്പിക്കുകയാണ് ഭാസ്കരാചാര്യരുടെ *ലീലാവതി* എന്ന ഗ്രന്ഥം. ഒരു സ്ഥലത്ത് ഇത്ര അടി താഴ്ചയിൽ വെള്ളമുണ്ടെന്ന് പ്രകൃതിവീക്ഷണത്തിലൂടെ പറയാൻ കരുത്തു പകരുന്ന ഗ്രന്ഥമാണ് വരാഹമിഹിരന്റെ *ബൃഹത് സംഹിത.* ലോകത്തിലെ

ആദ്യത്തെ സർവ്വവിജ്ഞാന സംഹിത എന്ന് ഈ ഗ്രന്ഥത്തെ വിളിക്കാം. ഗണിതം കൂടാതെ ആയുർവ്വേദം തുടങ്ങി മെറ്റൽ ടെക്നോളജിവരെ ഇതിൽ പറയുന്നുണ്ട്. വസുധൈവ കുടുംബകം (ലോകം ഒരു കുടുംബ മാണ്) എന്ന് പഠിപ്പിച്ച വൈദിക വീക്ഷണത്തെ ബ്രാഹ്മണ്യത്തിന്റെ (ചാതുർവർണ്ണ്യത്തിന്റെ) ശാപവും നെറികേടും ആക്കിത്തീർക്കുകയാണ് പിന്നീട് വന്നവർ ചെയ്തത്. ലോകത്തെ ഒരു കിളിക്കൂടായി കണ്ട വൈദിക ശ്രേഷ്ഠത ബ്രാഹ്മണ്യത്തിന്റെ കോടാലികൊണ്ട് വെട്ടി മനുഷ്യനു കുലവും ഗോത്രവും നിറവും നല്കി അടിമത്തത്തിന്റെ, ശൈഥില്യത്തിന്റെ വൈതാ ളിക ലോകമാക്കിത്തീർക്കുകയാണ് ഉണ്ടായത്. അതിൽ പെട്ടുപോയ അതി ബൃഹത്തായ ശാസ്ത്രമാണ് വേദഗണിതം എന്ന് ബ്രാഹ്മണന്മാർ ഓമന പ്പേരിട്ട് വിളിക്കുന്ന ഭാരതീയ ഗണിതത്തിനും സംഭവിച്ചത്. പുരി ആദിശ ങ്കര മഠാധിപതി ഭാരതി തീർത്ഥ സ്വാമികൾ ഭാരതീയ ഗണിത ശാഖകളെ കൂട്ടിച്ചേർത്ത് മതാധിഷ്ഠിതവും ബ്രാഹ്മണ്യാധിഷ്ഠിതവുമായ വേദഗണി തത്തിനു ജന്മം നല്കി. ലോകത്തിലെ ഏറ്റവും വേഗതയേറിയ ഈ ഗണി താത്വത്തെ മതത്തിന്റെ ചങ്ങലയിൽ ബന്ധിപ്പിക്കുകയാണ് ആ സന്ന്യാസി വര്യൻ ചെയ്തത്. അതുകൊണ്ടു തന്നെ താഴ്ന്ന ജാതിക്കാരായവർക്കോ മറ്റ് മതസ്ഥർക്കോ ഈ വിഷയം അപ്രാപ്യമായി. ഈ ഒരൊറ്റ കാരണം കൊണ്ടു തന്നെ ഇന്നത്തെ തലമുറ ഈ വിഷയത്തെ അറിയാത്തവരായി. നാളെ ഈ ലോകം ഇതുകൊണ്ട് തന്നെ ഈ വിഷയത്തെ അറിയാതെ പോയേക്കാം. അതുപാടില്ല. സാർവ്വലൗകികതയെ നെഞ്ചിലേറ്റിയ ഏതൊരാൾക്കും സഹിക്കാനാവുന്നതിനും അപ്പുറത്താണിത്. അതു കൊണ്ടുതന്നെയാണ് ഞാൻ ഈ ചരിത്ര ദൗത്യത്തിനു തിരി കൊളുത്തി യത്. ബ്രാഹ്മണ്യത്തിന്റെ പൂണൂലിൽ ബന്ധിപ്പിച്ച ഈ വിഷയം ആ ഉപ നയനത്തിന്റെ വിഴുപ്പ് അറുത്ത് മാറ്റി മതനിരപേക്ഷയുടെ പുതുലോകം ഒരുപക്ഷേ ആ യഥാർത്ഥ ആർഷ ഭാരത സങ്കല്പം കൃത്യമായി നടപ്പി ലാക്കുകയാണ് ചെയ്യുന്നത്.

സുധീഷ് മിന്നി

വ്യവകലനം, കുറയ്ക്കൽ

ഇന്ത്യൻ ഗണിത സങ്കല്പത്തിൽ വളരെ രസകരമായാണ് വ്യവകലനത്തെ അവതരിപ്പിച്ചിട്ടുള്ളത്

100, 1000, 10000, ... തുടങ്ങിയ സംഖ്യകളിൽനിന്ന് മറ്റ് സംഖ്യകൾ വ്യവകലനം ചെയ്യാൻ വളരെ എളുപ്പമാണ്.

ഉദാ: 1000 -

356.1 2 3 4 5 6 7 8 9

Step I

അവസാനത്തെ സംഖ്യയെ പത്തിൽ കുറയ്ക്കുക, ലഭിച്ച സംഖ്യ താഴെയെഴുതുക.

1000 - 10-

356.1 2 3 4 5 6 7 8 [9]

---

[1]

ഇവിടെ അവസാന സംഖ്യ [9] ആണ്. ആ സംഖ്യയെ 10 ൽ കുറച്ചാൽ [1] താഴെ എഴുതി.

Step II

ശേഷിക്കുന്ന സംഖ്യയെല്ലാം 9 ൽ കുറയ്ക്കുക, ലഭിച്ച സംഖ്യ താഴെ എഴുതുക.

പോയിന്റിന്റെ സ്ഥാനത്ത് പോയിന്റിടുക.

```
       -9  -9  -9      -9  -9  -9 -9 -9 -9  -9  -9
    1   0   0   0
       [3] [5] [6]  .  [1][2][3][4][5][6][7][8] 9
    ------------------------------------------------
ഉത്തരം [6] [4] [3]  .  [8][7][6][5][4][3][2][1] 1
```

643.876543211

ഉദാ: 2

```
    1   0   0   0   0  -
        4   5   7   8  .  3  4 2 1 5  6  7 6
    --------------------------------------------
```

Step I

ഏറ്റവും അവസാനത്തെ സംഖ്യയെ 10 ൽ കുറച്ച് ലഭിക്കുന്ന സംഖ്യ തൊട്ടു താഴെയെഴുതുക.

```
    1   0   0   0   0  -                    10-
        4   5   7   8  .  3  4 2 1 5  6  7[6]
    --------------------------------------------
                                            [4]
```

ഇതിൽ അവസാനത്തെ സംഖ്യ [6] ആണ്. 10 കൊണ്ട് 6 നെ കുറച്ചാൽ [4] ആണ്. ഉത്തരം 4 തൊട്ടു താഴെ എഴുതി.

Step II

ബാക്കിയുള്ള സംഖ്യകൾ ഓരോന്നായി 9 ൽ കുറച്ച് ലഭിക്കുന്ന ഉത്തരം തൊട്ടു താഴെയെഴുതുക. പോയിന്റിന്റെ സ്ഥാനത്ത് പോയിന്റ് ഇടുക.

```
       -9  -9  -9  -9
    1   0   0   0   0     -9  -9 -9 -9 -9  -9  -9
       [4] [5] [7] [8]  .  [3][4][2][1][5][6][7] 6
    ------------------------------------------------
       [5] [4] [2] [1]  .  [6][5][7][8][4][3][2] 4
```

ബാക്കിയെല്ലാ സംഖ്യയും 9 ൽ കുറച്ച് തൊട്ടു താഴെ എഴുതി.

ഉത്തരം = 5421.65784324

താഴെ കൊടുത്ത മറ്റ് ഉദാഹരണങ്ങൾ സ്വയം ചെയ്തു നോക്കുക. ഉത്തരം തൊട്ടു താഴെ എഴുതുക.

1. 1 0 0 0 0 0 -
   5 6 7 8 9 . 2 3 4 5 6

---

2. 1 0 0 0 0 -
   3 4 5 7 . 2 7 8 8 6 9

മുൻപ് സൂചിപ്പിച്ചത് 100, 1000, 10000 തുടങ്ങിയ സംഖ്യകളിൽ നിന്ന് എങ്ങനെ വ്യവകലനം ചെയ്യും എന്നാണ്. അടുത്തതായി ഏത് സംഖ്യയേയും എങ്ങനെ കടം വാങ്ങാതെ കുറയ്ക്കാം എന്ന് നോക്കാം.

ഉദാ: 1

6 2 3 2 1 -
3 7 8 7 6

Step I

ആദ്യത്തെ സംഖ്യ കഴിഞ്ഞാൽ ഒരു വര വരയ്ക്കുക

6 | 2 3 2 1 -
3 | 7 8 7 6

Step II

ഏറ്റവും അവസാനത്തെ സംഖ്യയായ [6] പത്തിൽ കുറച്ച് ലഭിച്ച സംഖ്യ തൊട്ടു മുകളിലത്തെ [1] കൊണ്ട് കൂട്ടി ഉത്തരം തൊട്ടു താഴെയെഴുതുക.

4-2=2

6	2	3	2	[1] - 10 ൽ കുറച്ചാൽ 4. ഈ സംഖ്യയെ
3	7	8	7	[6] തൊട്ടു മുകളിലത്തെ 1 കൊണ്ട്
				[5] കൂട്ടിയാൽ [5]

Step III

വരയുടെ ഇടതുഭാഗത്തെ സംഖ്യകൾ ഒഴിച്ച് ബാക്കി സംഖ്യകൾ 9 കൊണ്ട് കുറച്ച് തൊട്ട് മുകളിലത്തെ സംഖ്യയോട് കൂട്ടി ഉത്തരം താഴെയെഴുതുക.

Step 1

7 നെ 9 കൊണ്ട് കുറച്ചാൽ 2 ലഭിക്കും. അതിനെ തൊട്ട് മുകളിലത്തെ 2 കൊണ്ട് കൂട്ടിയാൽ 4 ഉത്തരത്തിലെഴുതുക.

Step 2

8 നെ 9 കൊണ്ട് കുറച്ചാൽ 1 ലഭിക്കും. അതിനെ തൊട്ടുമുകളിലത്തെ 3 കൊണ്ട് കൂട്ടി 4 ഉത്തരത്തിലെഴുതുക.

Step 3

7 നെ 9 കൊണ്ട് കുറച്ചാൽ 2 ലഭിക്കും. അതിനെ തൊട്ടുമുകളിലത്തെ 2 കൊണ്ട് കൂട്ടി 4 ഉത്തരത്തിലെഴുതുക.

6	2	3	2	1 -
3	7	8	7	6
	4	4	4	5
	[3]	[2]	[1]	**Step**

Step IV

ഇനി വരയുടെ ഇടതുഭാഗത്ത് താഴെയുള്ള സംഖ്യയെ 1 കൊണ്ട് കൂട്ടിയ ശേഷം മുകളിലത്തെ സംഖ്യയുമായി കുറച്ച് താഴെയെഴുതുക.

6	2	3	2	1	-
1+3	7	8	7	6	
[2]	4	4	4	5	

3 നോട് 1 കൂട്ടിയാൽ [4] തൊട്ട് മുകളിലത്തെ 6 കൊണ്ട് കുറച്ച് 2 താഴെയെഴുതുക.

കുറച്ച് ചോദ്യങ്ങൾക്ക് നേരത്തെ ഉത്തരം കണ്ടതുപോലെ ചെയ്യുക:

1.
```
9 1 2 3 2 -
2 7 8 8 9
```

2.
```
8 1 1 2 3 4 -
4 6 7 8 8 7
```

3.

```
  9 3 1 2 1 4 -
  3 7 8 8 7 9
  ___________
```

4.

```
  8 2 3 4 5 6 -
  1 7 8 8 8 9
  ___________
```

ഗുണനം

വൈവിദ്ധ്യങ്ങളായ ഒരുപാട് രസക്കൂട്ടുകൾ അടങ്ങിയതാണ് ഇന്ത്യൻ രീതിയിലുള്ള ഗുണനം, പല വ്യത്യസ്ത രീതിയും അവലംബിക്കുന്ന ഈ ഗുണന വിസ്മയം ഇനി നമുക്കു പഠിക്കാം.

100, 1000, 10000 അടിസ്ഥാന സംഖ്യകളുടെ തൊട്ടടുത്ത സംഖ്യയുടെ ഗുണനം ചെയ്യുന്ന രീതി

ഉദാ: 1. 1 0 6 × 1 0 3

Step I

രണ്ട് സംഖ്യകളുടെയും വലതുഭാഗത്തെ സംഖ്യകളെ പരസ്പരം ഗുണിച്ച് ഉത്തരത്തിന്റെ വലതു ഭാഗത്തെഴുതുക. അതായത്.

10[6] × 10[3] $6 \times 3 = 18$

[18]

Step II

ഇനി ഇടതുഭാഗത്തെ [106] നെ അടുത്ത സംഖ്യയായ 103 ന്റെ വലതു ഭാഗത്തെ [3] കൂട്ടി ലഭിച്ച സംഖ്യയായ 109 നേരത്തെ എഴുതിയ ഉത്തരത്തിന്റെ ഇടതുഭാഗത്ത് എഴുതുക.

106 × 103 =

106 + 3 =

109

ഉത്തരം = 109 18

ഉദാ: 2

107×105

Step I

രണ്ട് സംഖ്യകളെയും വലതുഭാഗത്തെ സംഖ്യകൾ ഗുണിച്ച് ഉത്തരത്തിന്റെ വലതുഭാഗത്തെഴുതുക.

അതായത് 107 × 105 $\qquad 7 \times 5 = 35$

35 എഴുതുക

Step II

ഇനി ഇടതുഭാഗത്തെ 107 അടുത്ത സംഖ്യയായ 105 ന്റെ 5 നോട് കൂട്ടി 112 നേരത്തെ ഉത്തരത്തിന്റെ ഭാഗത്തെഴുതിയ 35 ന്റെ ഇടതുഭാഗത്തു ചേർക്കുക.

107 × 105 =

107 + 5 = 112

112 35

ഉത്തരം 11235

മറ്റ് ഉദാഹരണങ്ങൾ ചെയ്യുക:

1. 109×106

105×105

106×106

ഇതേ രീതിയിൽ രണ്ട് വർഷത്തെ കൂട്ടു പലിശ (Compound interest) കാണാൻ ഉപയോഗിക്കാം.

ഉദാ:

നിക്ഷേപത്തുക = 10000

വാർഷിക പലിശ = 7%

രണ്ട് വർഷത്തെ കൂട്ടുപലിശ കാണുക.

Step I

വാർഷിക പലിശ 100 നോട് കൂട്ടി എഴുതുക. അതായത് 100 + 7 = 107. ഇനി രണ്ടു വർഷത്തെ കൂട്ടുപലിശ കാണാൻ ചുവടെ എഴുതിയ രീതിയിൽ ചെയ്യുക.

നിക്ഷേപത്തുക ഒരു വർഷം രണ്ടുവർഷം

$$10000 \quad \times\frac{107}{100} \quad \times\frac{107}{100}$$

അതായത്

$$1\cancel{0000} \quad \times\frac{107}{1\cancel{00}} \quad \times\frac{107}{1\cancel{00}}$$

107 × 107 നേരത്തെ സൂചിപ്പിച്ച എളുപ്പം രീതിയിൽ ഗുണിക്കുക.

11449 ലഭിക്കും. ഇതിൽ നിക്ഷേപത്തുക കുറച്ചാൽ 11449 – 10000 = 1449 രണ്ട് വർഷത്തെ കൂട്ടുപലിശ ലഭിക്കും.

ഉദാ:

നിക്ഷേപത്തുക =20000

വാർഷിക പലിശ= 8%

രണ്ടു വർഷത്തെ കൂട്ടുപലിശ കാണുക

3×3=9

Step I

ഇവിടെ വാർഷിക പലിശയായ 8% 100 നോട് കൂട്ടി 100+ 8 = 108 ശേഷം ചുവടെ ചെയ്യുന്നതുപോലെ ചെയ്യൂ.

$$20000 \quad \times \frac{108}{100} \quad \times \frac{108}{100}$$

ചെയ്യേണ്ട രീതി

$$2\cancel{0000} \quad \times \frac{108}{1\cancel{00}} \quad \times \frac{108}{1\cancel{00}}$$

എളുപ്പവഴിയിൽ ഗുണിച്ചാൽ

$2 \times 108 \times 108$

$108 \times 108 = 11664 \times 2 = 23328$

ഇതിൽ നിക്ഷേപത്തുക കുറച്ചാൽ

$23328 - 20000 = 3328$ കൂട്ടുപലിശ

ഇതേപോലെ 200, 300... സംഖ്യകളുടെ അടുത്താകുമ്പോൾ എങ്ങനെയാണ് ഗുണിക്കുന്നതെന്ന് നോക്കാം.

ഉദാ: 206×204

Step I

ഇവിടെ രണ്ട് സംഖ്യകളുടെയും വലതുഭാഗത്തെ സംഖ്യകളായ 6 നെ 4 കൊണ്ട് ഗുണിച്ച് ഉത്തരം 24 വലതുഭാഗത്തെഴുതുക.

$20\boxed{6} \times 20\boxed{4} \qquad 6 \times 4 = 24$

Step II

ഇനി 206 കൊണ്ട് 204 ന്റെ 4 കൂട്ടിയാൽ 210 ലഭിക്കും. ഈ സംഖ്യയെ 200 അടിസ്ഥാന സംഖ്യയായതുകൊണ്ട് 2 കൊണ്ടാണ് ഗുണിച്ചെഴുതുക.

$$\boxed{206} \times 20\boxed{4} = 210 \times 2 = 420$$

(206-ന്റെ മുകളിൽ നിന്ന് 4-ലേക്ക് + അടയാളമുള്ള വളഞ്ഞ അമ്പ്)

നേരത്തെയെഴുതിയ ഉത്തരത്തിന്റെ ഇടതു ഭാഗത്തെഴുതുക.

$\boxed{420}\,24$

ഉത്തരം 42024

ഉദാ: 2

506×505

Step I

506 ന്റെ 6 കൊണ്ട് 505 ന്റെ 5 നെ ഗുണിച്ച് 30 ഉത്തരത്തിന്റെ വലതു ഭാഗത്തെഴുതുക.

$50\boxed{6} \times 50\boxed{5} \qquad 6 \times 5 = 30$

(6-ൽ നിന്ന് 5-ലേക്ക് × അടയാളമുള്ള വളഞ്ഞ അമ്പ്)

$\boxed{30}$

Step II

506 എടുത്ത് 505 ന്റെ 5 കൊണ്ട് കൂട്ടിയാൽ 506 +5 =511 ലഭിക്കും. ഇവിടെ 500 അടിസ്ഥാന സംഖ്യയായി എടുത്തതുകൊണ്ട് 511 നെ 5 കൊണ്ട് ഗുണിച്ചാൽ 2555 കിട്ടും. അത് നേരത്തെയെഴുതിയ ഉത്തരത്തിന്റെ ഇടതുഭാഗത്തെഴുതുക.

$$\boxed{506} \times 50\boxed{5} = 511 \times 5 = 2555$$

(506-ൽ നിന്ന് 5-ലേക്ക് × അടയാളമുള്ള വളഞ്ഞ അമ്പ്)

ഉത്തരം = 255530

മറ്റ് ഉദാഹരണങ്ങൾ നിങ്ങൾ സ്വയം ചെയ്തു നോക്കുക:

1. $407 \times 402 =$

2. $603 \times 604 =$

3. $705 \times 705 =$

4. $606 \times 606 =$

5. 705 x 704 =

100, 1000, 10000.... തുടങ്ങിയ അടിസ്ഥാന സംഖ്യകളുടെ തൊട്ടു താഴെയുള്ള സംഖ്യകളുടെ ഗുണനം.

ഉദാ: 997×995

Step I

ഈ രണ്ട് സംഖ്യകളും 1000 ത്തിനെ അടിസ്ഥാനമാക്കിയുള്ളതാണ്. 997 ആയിരത്തിലേക്ക് $\boxed{3}$, 997 ന്റെ തൊട്ടു മുകളിലെഴുതുക. അതുപോലെ 995 ആയിരത്തിലേക്ക് $\boxed{5}$ 995 ന്റെ തൊട്ടു മുകളിലെഴുതുക.

$\boxed{3}$ $\boxed{5}$

997×995

Step II

രണ്ട് സംഖ്യകളുടെയും മുകളിലെഴുതിയ സംഖ്യകൾ അതായത് $\boxed{3} \times \boxed{5}$ പരസ്പരം ഗുണിക്കുക. അപ്പോൾ 15 ലഭിക്കും. ഇവിടെ 3 അക്ക സംഖ്യകളായതുകൊണ്ട് ലഭിച്ച ഉത്തരത്തിലും 3 അക്കം വേണം. നേരത്തെ ലഭിച്ച ഉത്തരമായ 15 ൽ രണ്ടക്കമേ ഉള്ളൂ. അതുകൊണ്ട് 15 ന്റെ ഇടതുഭാഗത്ത് 0 എഴുതുക.

$\times$

$\boxed{3}$ $\boxed{5}$

997×995 $3 \times 5 = 15$

015

Step III

ഇനി 997 സംഖ്യയെ 995 ന്റെ മുകളിലെഴുതിയ 5 കൊണ്ട് കുറച്ച് (997 – 5) $\boxed{992}$ നേരത്തെ എഴുതിയ ഉത്തരത്തിന്റെ ഇടതുഭാഗത്തെഴുതുക.

3 $\boxed{5}$

കുറയ്ക്കുക

$\boxed{997} \times 995 = 992$

ഉത്തരം = $\boxed{992}\,015$

ഉദാ. 2

9996×9997

Step I

ഇവിടെ ഗുണിക്കേണ്ട രണ്ട് സംഖ്യകളും പതിനായിരത്തിന്റെ അടിസ്ഥാന സംഖ്യകളായതുകൊണ്ട് 9996 നെ പതിനായിരത്തിലേക്ക് $\boxed{4}$ തൊട്ടു മുകളിലെഴുതുക. അതുപോലെ 9997 നെ പതിനായിരത്തിലേക്ക് 3 തൊട്ടു മുകളിലെഴുതുക.

$$\overset{\boxed{4}}{9996} \times \overset{\boxed{3}}{9997}$$

Step II

മുകളിലെഴുതിയ രണ്ട് സംഖ്യകൾ ഗുണിക്കുക. 4 × 3 = 12, ഗുണിക്കേണ്ട സംഖ്യകൾ നാലക്ക സംഖ്യകളായതുകൊണ്ട് ഉത്തരത്തിൽ നാലക്കം വേണം. ഇവിടെ ഗുണിച്ചു കിട്ടിയ ഉത്തരം 12. രണ്ടക്കമേ ഉള്ളൂ. അതിനാൽ ഇടതുഭാഗത്ത് രണ്ട് പൂജ്യം ചേർത്ത് എഴുതുക.

$$\overset{4}{9996} \times \overset{3}{9997} \qquad 4 \times 3 = 12$$

$$\boxed{0012}$$

Step III

9996 നെ 9997 ന്റെ മുകളിലത്തെ സംഖ്യയായ 3 കൊണ്ട് കുറച്ചാൽ 9996 − 3 = 9993. അത് നേരത്തെയെഴുതിയ ഉത്തരത്തിന്റെ ഇടതുഭാഗത്ത് ചേർക്കുക.

4 $\boxed{3}$

കുറയ്ക്കുക

$$\boxed{9996} \times 9997 = 9996 - 3 = 9993$$

$$\boxed{9993}\ 0012$$

ഉത്തരം = 99930012

മറ്റ് ഉദാഹരണങ്ങൾ ചെയ്യുക:

1. 9995×9994

2. 9993×9994

3. 9996×9996

രണ്ട് വ്യത്യസ്ത അടിസ്ഥാന സംഖ്യകൾ ഗുണിക്കേണ്ടി വന്നാൽ ചെയ്യേണ്ട രീതി

> ശ്രദ്ധിക്കേണ്ടത് – ഗുണിക്കേണ്ട ഏറ്റവും ചെറിയ സംഖ്യ അടിസ്ഥാനമാക്കിയാണ് ലഭിക്കുന്ന ഉത്തരത്തെ ക്രമീകരിക്കേണ്ടത്.

ഉദാ: 99996×98

Step I

ആദ്യത്തെ സംഖ്യയായ 99996 ലക്ഷത്തിന്റെ അടുത്ത സംഖ്യയാണ്. സംഖ്യ ലക്ഷത്തിലെത്താൻ തൊട്ടു മുകളിൽ [4] എഴുതുക.

അടുത്ത സംഖ്യ 98 നൂറിന്റെ അടുത്ത സംഖ്യയാണ്. ഈ സംഖ്യ നൂറിലെത്താൻ 2 തൊട്ടു മുകളിലെഴുതുക.

$$\begin{array}{ccc} \boxed{4} & \times & \boxed{2} \\ 99996 & \times & 98 \end{array}$$

Step II

ഗുണിക്കേണ്ട രണ്ട് സംഖ്യകളുടെയും മുകളിലത്തെ സംഖ്യകൾ അതായത് 4 × 2 ഗുണിച്ച് 8 ഉത്തരത്തിന്റെ വലതുഭാഗത്തെഴുതുക. (ഇതിൽ ഗുണിക്കേണ്ട ഏറ്റവും ചെറിയ സംഖ്യ 98 ആണ്. ഈ സംഖ്യയെ

അടിസ്ഥാനമാക്കി ഇപ്പോൾ ലഭിച്ച ഉത്തരമായ 8, ഒറ്റ അക്കം ആയതിനാൽ 0 ഇടതുഭാഗത്ത് ചേർത്തെഴുതുക.

×

4 2 4 × 2 = 8

99996 × 98 = 08

Step III

99996 ഇതൊരു അഞ്ചക്ക സംഖ്യയാണ്. ഗുണിക്കേണ്ട സംഖ്യയായ 98, രണ്ടക്ക സംഖ്യയാണ്. രണ്ട് ഭാഗത്തെയും അക്കങ്ങൾ തുല്യമാക്കാൻ അഞ്ചക്ക സംഖ്യയായ 99996 ന്റെ ആദ്യത്തെ രണ്ടക്കം മാറ്റി ശേഷിക്കുന്ന 996 നേരത്തെ എഴുതിയ ഉത്തരത്തിന്റെ ഇടതുഭാഗത്തെഴുതുക.

4 2

99 996 × 98

996 08

Step IV

99996 ന്റെ 996 ഉത്തരത്തിലെഴുതിയതിനാൽ 99 × 98 മാത്രമേ അവിടെ ഉള്ളൂ. ഇടതുഭാഗത്തെ 99 നെ വലതുഭാഗത്തെ 98 ന്റെ തൊട്ടു മുകളിലെ 2 കൊണ്ട് കുറച്ച്, 99–2 = 97 ഉത്തരത്തിന്റെ ഇടതു ഭാഗത്തു ചേർക്കുക.

4 2

99 × 98 99 - 2 = 97

97 99608 ഉത്തരം – 9799608

ഉദാ. 2

9997 × 998

Step I

9997 പതിനായിരത്തിനടുത്ത സംഖ്യയായതുകൊണ്ട് പതിനായിരത്തിലേക്കു 3 ആ സംഖ്യയുടെ തൊട്ടു മുകളിലെഴുതുക, അടുത്ത സംഖ്യയായ 998 ആയിരത്തിന്റെ അടുത്ത സംഖ്യയായതുകൊണ്ട് ആയിരത്തിലേക്കു 2 ആ സംഖ്യയുടെ തൊട്ടു മുകളിലെഴുതുക.

3 2

9997 × 998

Step I

മുകളിലെഴുതിയ സംഖ്യകളായ 3 × 2 = 6. ഇവിടെ 998 ആണ് ഏറ്റവും ചെറിയ സംഖ്യ. ഈ സംഖ്യ മൂന്നക്ക സംഖ്യയായതുകൊണ്ട് ലഭിച്ച ഉത്തരത്തെ മൂന്നക്കമാക്കാൻ രണ്ട് പൂജ്യം ഇടതുഭാഗത്തെഴുതുക.

ഗുണിക്കുക
×
3 —— 2   3 × 2 = 6

9997 × 998

006

Step II

ഗുണിക്കുന്ന സംഖ്യകളായ 9997 നാലക്കസംഖ്യയും 998 മൂന്നക്ക സംഖ്യയുമാണ്. ഇതിൽ ഏറ്റവും ചെറിയ സംഖ്യ 998. ഇതൊരു മൂന്നക്ക സംഖ്യയായതുകൊണ്ട് രണ്ട് ഭാഗവും തുല്യമാക്കാൻ 9997 ന്റെ 7 എടുത്ത് ഉത്തരത്തിന്റെ ഇടതുഭാഗത്ത് ചേർക്കുക.

3 2

999 7 × 998

7 006

Step III

ഇനി ഇടതുഭാഗത്തെ 999 വലതുഭാഗത്തെ 998 ന്റെ മുകളിലെഴുതിയ 2 കൊണ്ട് കുറച്ച് 999−2 = 997 ഉത്തരത്തിന്റെ ഇടതുഭാഗത്ത് ചേർത്തെഴുതുക.

2

999 × 998

997 7006

ഉത്തരം = 9977006

കുറച്ചു ഉദാഹരണങ്ങൾ നിങ്ങൾ സ്വയം ചെയ്തു നോക്കുക:

1. 999996×998

2. 9998×96

3. 999998×9997

4. 99995×994

5. 9999996×997

ഏതു സംഖ്യയും ഒറ്റവരി ഗുണിക്കാനുള്ള വഴി

ഉദാ: 1

$$\begin{array}{cc} 3 & 2 \times \\ 5 & 4 \\ \hline \end{array}$$

(വലതുഭാഗത്ത് ഡയഗ്രമിലും വഴി സൂചിപ്പിച്ചിട്ടുണ്ട്)

Step I

ഗുണിക്കേണ്ട രണ്ട് സംഖ്യകളായ 32 ന്റെ വലതുഭാഗത്തെ സംഖ്യയായ 2 ഉം 54 ന്റെ വലതുഭാഗത്തെ സംഖ്യയായ 4 ഉം ഗുണിച്ച് $2 \times 4 = 8$ ഉത്തരത്തിന്റെ വലതുഭാഗത്തെഴുതുക.

ഡയഗ്രം

```
3  [2]  ×          0  0
                      |
5  [4]             0  0
--------
   [8]
```

Step II

ഇനി താഴെ കാണുന്നതുപോലെ ക്രോസ്‌വൈസായി ഗുണിച്ച് ലഭിച്ച സംഖ്യകളെ പരസ്പരം കൂട്ടി ഉത്തരത്തിലെഴുതുക.

```
[2]
[3]  +  [2]        3 × 4 = 12 +        0 + 0
                                          X
[5]     [4]        5 × 2 = 10          0   0
                           ----
                            22
```

22 ൽ [2] ഉത്തരത്തിലെഴുതി 2 ശിഷ്ടമായി മുകളിലെഴുതുക.

```
2
3  2  ×
5  4
--------
2  8
```

Step III

ഇടതുഭാഗത്തെ സംഖ്യകളായ 3 നെ 5 കൊണ്ട് ഗുണിച്ച് 3 × 5 = 15 ശിഷ്ടമായ 2 കൂട്ടിയാൽ 17 ലഭിക്കും. 17 ഉത്തരത്തിലെഴുതുക.

```
[2]
[3]  2     3 ×  5 = 15 + 2 = 17
[5]  4                  0  0
                        |
-----------             0  0
 172  8
```

ഉദാ: 2   4 2   ×

6 3

Step I

രണ്ട് സംഖ്യകളുടെയും വലതുഭാഗത്തെ സംഖ്യകൾ പരസ്പരം ഗുണിച്ച് ഉത്തരത്തിലെഴുതുക. അതായത്, 3 × 2 = 6

```
4 [2] ×      0 0
               |
6 [3]        0 0
------
   6
```

Step II

താഴെക്കാണിച്ചതുപോലെ ക്രോസായി ഗുണിച്ച് പരസ്പരം കൂട്ടി ലഭിച്ച സംഖ്യ ഉത്തരത്തിലെഴുതുക.

```
[4] + [2] ×      4 × 3 =12 +      0 + 0
    ╳                                ╳
[6]   [3]        6 × 2 =12        0     0
                 -----------
                        24
```

ലഭിച്ച സംഖ്യ 24, ഇതിൽ 4 ഉത്തരത്തിലെഴുതി [2] ശിഷ്ടമായി മുകളിലെഴുതുക.

```
[2]
 4  2 ×
 6  3
--------
[4] 6
```

Step III

```
                                   0   0
                                   |
      [2]                          0   0
      [4]  2  ×     ഇടതുഭാഗത്തെ സംഖ്യ
       |
      [6]  3        കളായ 4 × 6 = 24
----------------
2  6   4   6        ശിഷ്ടം 2 = 26

                    ഉത്തരത്തിലെഴുതുക
```

മറ്റ് ഉദാഹരണങ്ങൾ സ്വയം ചെയ്യുക:

1. $\begin{array}{r} 4\ 2\ \times \\ 3\ 4\ \\ \hline \end{array}$

2. $\begin{array}{r} 5\ 2\ \times \\ 3\ 3\ \\ \hline \end{array}$

3. $\begin{array}{r} 6\ 4\ \times \\ 2\ 2\ \\ \hline \end{array}$

4. $\begin{array}{r} 4\ 3\ \times \\ 3\ 2\ \\ \hline \end{array}$

5.
$$\begin{array}{r} 6\ 2\ \times \\ 5\ 4 \\ \hline \end{array}$$

6.
$$\begin{array}{r} 7\ 2\ \times \\ 3\ 4 \\ \hline \end{array}$$

ബീജഗണിത സംഖ്യകൾ തമ്മിൽ ഗുണിക്കുമ്പോൾ ചരങ്ങൾ ഒഴിവാക്കി സംഖ്യകൾ മാത്രം ചെയ്ത് ഉത്തരത്തിൽ ചരം ചേർത്താൽ മതി.

ഉദാ:
$$\begin{array}{r} 4x\ +\ 6\ \times \\ 5x\ +\ 5 \\ \hline \end{array}$$

Step I

$$\begin{array}{r} 4x\ +\ \boxed{6} \\ 5x\ +\ \boxed{5} \\ \hline +\ \boxed{30} \end{array}$$

6 x 5 =30

+ 30 എഴുതി

Step II

$4x + 6$ $\quad$ $4 \times 5 = 20$

$5x + 5$ $\quad$ $5 \times 6 = 30$

$+50x + 30$ $\quad$ ലഭിച്ച സംഖ്യയായ 50 ന്റെ കൂടെ x ചേർക്കുക

Step III

$4x + 6 \times$ $\quad$ $4 \times 5 \; -20$

$5x + 5$ $\quad$ 20 ന്റെ കൂടെ x^2 ചേർക്കുക

$20x^2 + 50x + 30$

സ്വയം ചെയ്യുക:

1. $6x + 7 \times$

   $8x + 5$

2. $5x + 6 \; x$

   $8x + 5$

മൂന്നക്ക സംഖ്യകൾ

നേരത്തെ ചെയ്തതു പോലെതന്നെയാണ്, മൂന്നക്ക സംഖ്യകളുടെ ഗുണനം. ഡയഗ്രം മാത്രം ശ്രദ്ധിച്ചാൽ മതി.

ഉദാ: 4 2 1 ×
5 3 6

Step I

രണ്ട് സംഖ്യകളുടെയും വലതുഭാഗത്തെ സംഖ്യകൾ ആയ 1 x 6 = 6 ഉത്തരത്തിലെഴുതുക.

1 x 6 = 6

4 2 [1] × 0 0 0

5 3 [6] 0 0 0

[6]

Step II

[1] 2 x 6 =12 +

4 [2] [1] × 3 x 1 =3 = 15

5 [3] [6] 5 ഉത്തരത്തിലെഴുതുക 1 ശിഷ്ടം

[5] 6 0 0 + 0

0 0 0

Step III

3

4 2 1 × 0 + 0 + 0

5 3 6 0 0 0

6 5 6

4 × 6 =24

3 × 2 = 6

5 × 1 = 5

35 +

ശിഷ്ടം 1

36 ൽ 6 ഉത്തരത്തിലെഴുതി
3 ശിഷ്ടം മുകളിലെഴുതുക.

Step IV

2

4 + 2 1 × 4 × 3 =12

5 3 6 5 × 2 =10

5 6 5 6

22 +

3

25 ൽ

5 ഉത്തരത്തിലെഴുതി 3 ശിഷ്ടം

0 + 0 0

0 0 0

Step V

2

4 2 1 × 4 x 5 =20 + 0 0 0

5 3 6 2 0 0 0

22 56 5 6 22

ഉത്തരം = 225656

മറ്റ് ഉദാഹരണങ്ങൾ സ്വയം ചെയ്യുക:

1. 5 2 3 x
   2 3 2

2. 3 2 4 x
   2 1 2

3. 6 2 1 x
   2 3 4

4. 6 3 2 x
   1 2 3

ബീജഗണിത സംഖ്യകൾ ഇതേപോലെതന്നെ ഗുണിച്ച് ചരം പിന്നീട് ചേർത്താൽ മതി.

ഉദാ:

$$\begin{array}{rrr} 4x^2 & +\ 5x & +\ 6 \ \times \\ 3x^2 & +\ 2x & +\ 5 \\ \hline \end{array}$$

Step I

$$\begin{array}{rrr} 4x^2 & +\ 5x & \boxed{+\ 6} \ \times \\ 3x^2 & +\ 2x & \boxed{+\ 5} \\ \hline & & \boxed{+30} \end{array} \qquad \begin{array}{l} 6 \times 5 \\ =30 \end{array}$$

Step II

$$\begin{array}{rrr} 4x^2 & +\ \boxed{5x} & +\ \boxed{6} \ \times \\ 3x^2 & +\ \boxed{2x} & +\ \boxed{5} \\ \hline & \boxed{+37x} & +30 \end{array} \qquad \begin{array}{r} 5 \times 5 = 25 \\ 2 \times 6 = 12 \\ \hline 37 \end{array}$$

Step III

$$\begin{array}{rrr} \boxed{4}x^2 & +\ \boxed{5}x & +\ \boxed{6} \ \times \\ \boxed{3}x^2 & +\ \boxed{2}x & +\ \boxed{5} \\ \hline \boxed{+48x^2} & +37x & +30 \end{array} \qquad \begin{array}{r} 4 \times 5 = 20 \\ 3 \times 6 = 18 \\ 5 \times 2 = 10 \\ \hline 48 \end{array}$$

Step IV

$$\begin{array}{rrrr} & \boxed{4}x^2 & +\ \boxed{5}x & +\ 6 \ \times \\ & \boxed{3}x^2 & +\ \boxed{2}x & +\ 5 \\ \hline \boxed{+23x^3} & +48x^2 & +37x & +30 \end{array} \qquad \begin{array}{r} 4 \times 2 = 8 \\ 3 \times 5 = 15 \\ \hline 23 \end{array}$$

Step V

$$\begin{array}{r} \boxed{4}x^2 + 5x + 6 \times \\ \boxed{3}x^2 + 2x + 5 \\ \hline \boxed{12x^4} + 23x^3 + 48x^2 + 37x + 30 \end{array} \qquad 4 \times 3 = 12$$

ചുവടെ ചേർക്കുന്ന ഉദാഹരണങ്ങൾ സ്വയം ചെയ്തു നോക്കുക:

1. $$\begin{array}{r} 4x^2 + 2x + 5 \times \\ 3x^2 + 4x + 6 \\ \hline \end{array}$$

2. $$\begin{array}{r} 6x^2 + 5x + 4 \times \\ 2x^2 + 4x + 5 \\ \hline \end{array}$$

നാലക്ക സംഖ്യകൾ ഒറ്റ വരിയിൽ ഗുണിക്കുന്നതിന്:

ഉദാ: 1

$$\begin{array}{r} 1\ 2\ 3\ 4 \times \\ 2\ 4\ 1\ 2 \\ \hline \end{array}$$

Step I

$$\begin{array}{r} 1\ 2\ 3\ \boxed{4} \times \\ 2\ 4\ 1\ \boxed{2} \\ \hline \boxed{8} \end{array} \qquad \begin{array}{c} 0\ 0\ 0\ 0 \\ 0\ 0\ 0\ 0 \\ 4 \times 2 = 8 \end{array}$$

Step II

1

1 2 3 + 4 x

2 4 1 2

0 8

0 0 0+0

0 0 0 0

3 x 2 = 6

1 x 4 = 4

10

Step III

2

1 2 + 3 + 4 x

2 4 1 2

4 0 8

0 0 +0 +0

0 0 0 0

2 x 2 = 4

1 x 3 = 3

4 x 4 = 16

23+

ശിഷ്ടം 1

24

Step IV

2

1 + 2 + 3 + 4 x

2 4 1 2

6 4 0 8

0 +0 +0 +0

0 0 0 0

1 x 2 = 2

2 x 4 = 8

2 x 1 = 2

4 x 3 = 12

24+

ശിഷ്ടം 2

26

Step V

1

1 2 3 4 x

2 4 1 2

---

7 6 4 0 8

0 0 0 0

0 0 0 0

1 x 1 = 1

2 x 3 = 6

2 x 3 = 8

15+

ശിഷ്ടം 2

17

Step VI

1 + 2 3 4 x

2 4 1 2

---

9 7 6 4 0 8

0+0 0 0

0 0 0 0

1 x 4 = 4

2 x 2 = 4

8+

ശിഷ്ടം 1

9

Step VII

[1]	2	3	4	x		0	0	0	0
[2]	4	1	2			0	0	0	0

[2]97 6 4 0 8   1 x 2 = 2

മറ്റ് ഉദാഹരണങ്ങൾ സ്വയം ചെയ്തു നോക്കുക:

1. 1 2 3 4 x
   2 1 1 4
   ---

2. 7 2 3 2 x
   2 5 1 4

ബീജഗണിതത്തിലെ ചരങ്ങളും ഇങ്ങനെ ഗുണിക്കാം

ഉദാ :

$$\begin{array}{r} 2x^3 + 3x^2 + 4x + 5 \quad x \\ 5x^3 + 2x^2 + 2x + 6 \\ \hline \end{array}$$

Step I

$$\begin{array}{r} 2x^3 + 3x^2 + 4x + \boxed{5} \quad x \\ 5x^3 + 2x^2 + 2x + \boxed{6} \\ \hline \boxed{+30} \end{array} \qquad \begin{array}{l} 0\ 0\ 0\ 0 \\ 0\ 0\ 0\ 0 \\ 5 \times 6 = 30 \end{array}$$

Step II

$$\begin{array}{r} 2x^3 + 3x^2 + \boxed{4x}^{+} + \boxed{5} \quad x \\ 5x^3 + 2x^2 + \boxed{2x} + \boxed{6} \\ \hline \boxed{+34x} \ +30 \end{array} \qquad \begin{array}{r} 0\ 0\ 0 + 0 \\ 0\ 0\ 0\ \ 0 \\ 6 \times 4 = 24 \\ 2 \times 5 = 10 \\ \hline 34 \end{array}$$

Step III

$$\begin{array}{r} + \quad + \qquad\qquad \\ 2x^3 + \boxed{3x^2} + \boxed{4x} + \boxed{5} \quad x \\ 5x^3 + \boxed{2x^2} + \boxed{2x} + \boxed{6} \\ \hline \boxed{+36x^2} +34x \quad +30 \end{array} \qquad \begin{array}{r} 0\ 0\ +0\ +0 \\ 0\ 0\ \ 0\ \ 0 \\ 3 \times 6 = 18 + \\ 2 \times 5 = 10 \\ 4 \times 2 = 8 \\ \hline 36 \end{array}$$

Step IV

$$\begin{array}{r} + \quad + \quad + \\ \boxed{2x^3} + \boxed{3x^2} + \boxed{4x} + \boxed{5} \times \\ \boxed{5x^3} + \boxed{2x^2} + \boxed{2x} + \boxed{6} \\ \hline \boxed{+52x^3} \;\; +36x^2 \;\; +34x \;\; +30 \end{array}$$

0 +0 +0 +0

0 0 0 0

2 x 6 = 12

5 x 5 = 25

3 x 2 = 6

4 x 2 = 8

52

Step V

$$\begin{array}{r} \boxed{2x^3} + \boxed{3x^2} + \boxed{4x} + 5 \times \\ \boxed{5x^3} + \boxed{2x^2} + \boxed{2x} + 6 \\ \hline \boxed{+30x^4} \;\; +52x^3 \;\; +36x^2 +34x \;\; +30 \end{array}$$

0+0 +0 0

0 0 0 0

2 x 2 = 4

5 x 4 = 20

3 x 2 = 6

30

Step VI

$$\begin{array}{r} + \qquad\qquad\qquad \\ \boxed{2x^3} + \boxed{3x^2} + 4x + 5 \times \\ \boxed{5x^3} + \boxed{2x^2} + 2x + 6 \\ \hline \boxed{+19x^5} +30x^4 +52x^3 +36x^2 +34x +30 \end{array}$$

0 +0 0 0

0 0 0 0

2 x 2 = 4

5 x 3 = 15

19

Step VII

$$
\begin{array}{r}
2x^3 \ +3x^2 \ + 4x \ + 5 \ \ x \\
5x^3 \ +2x^2 \ + 2x \ + 6 \\
\hline
\boxed{10x^6}+19x^5+30x^4+52x^3+36x^2+34x \ +30
\end{array}
\qquad
\begin{array}{l}
0 \ \ 0 \ 0 \ 0 \\
| \\
0 \ \ 0 \ 0 \ 0 \\
\\
5 \ \ x \ 2 \ =10
\end{array}
$$

നിങ്ങൾ സ്വയം ചെയ്തു നോക്കുക:

1. $$
\begin{array}{l}
2x^3 + 3x^2 \ + 2x \ + \ 5 \ \ x \\
5x^3 + 1x^2 \ + 6x \ + \ 6 \\
\hline
\end{array}
$$

2. $$
\begin{array}{l}
5x^3 + 2x^2 \ + 4x \ + \ 5 \ \ x \\
2x^3 + 3x^2 \ + 5x \ + \ 6 \\
\hline
\end{array}
$$

3. $6x^3 + 2x^2 + 4x + 6 \times$
$3x^3 + 2x^2 + 4x + 5$

---

4. $6x^3 + 2x^2 + 5x + 4 \times$
$5x^3 + 2x^2 + 3x + 6$

ഭിന്നസംഖ്യ

പ്രാചീന ഭാരതം ഭിന്ന സംഖ്യകളെ വളരെ രസകരമായാണ് ക്രിയ ചെയ്തിട്ടുള്ളത്.

ഉദാ:

$$40\frac{2}{7} \quad + 60 \; \frac{3}{11}$$

Step I

ആദ്യം 40+ 60 = 100 എഴുതി മദ്ധ്യത്തിലൂടെ ഒരു വര വരയ്ക്കുക.

$$40\frac{2}{7} \quad + 60 \; \frac{3}{11}$$

$$100\text{———}$$

Step II

$$40 \qquad \frac{2}{7} + 60\frac{3}{11}$$

ഇനി 7 നെ 11 കൊണ്ട് ഗുണിച്ച് 77 വരയുടെ താഴെ ചേർക്കുക.

$$100\,\frac{}{77}$$

Step III

$$40\frac{2}{7} + 60\frac{3}{11}$$

മുകളിൽ കാണിച്ച രീതിയിൽ ക്രോസായി ഗുണിച്ച് ഉത്തരങ്ങൾ കൂട്ടി മുകളിലെഴുതുക:

$$\begin{array}{r} 2 \times 11 = 22 \\ 3 \times 7 = 21 \\ \hline 43 \end{array}$$

ഉത്തരം 100

ഇതുപോലെ കുറച്ച് കണക്കുകൾ സ്വയം ചെയ്തു നോക്കുക:

1. $500\frac{5}{12} + 200\frac{2}{9}$

2. $600\frac{2}{7} + 300\frac{1}{15}$

3. $400\frac{3}{8} + 100\frac{1}{9}$

4. $500\frac{5}{7} + 200\frac{2}{9}$

മിശ്രഭിന്നം കുറയ്ക്കാൻ

ഇനി മിശ്രഭിന്നത്തിന്റെ പരസ്പരം കുറയ്ക്കലാണെങ്കിൽ നേരത്തെ കൂട്ടിയ ക്രിയകൾ കുറച്ചാൽ മതി.

ഉദാ: $70\frac{4}{15} \quad -20\ \frac{1}{7}$

Step I

ആദ്യം 70 നെ 20 ൽ കുറച്ച് 50 എഴുതി മദ്ധ്യത്തിലൂടെ വര വരയ്ക്കുക.

$$70\frac{4}{15} \quad -20\ \frac{1}{7}$$

50 ————

Step II

$$70\frac{4}{15} \quad -20\ \frac{1}{7}$$

ഇനി താഴത്തെ 15 നെ 7 കൊണ്ട് ഗുണിച്ച് 105 വരയുടെ താഴെയെഴുതുക.

$$50\ \frac{\quad}{105}$$

Step III

$70 \times -20\frac{1}{7}$

ഇനി മുകളിൽ ഗുണിച്ചതുപോലെ ക്രോസായി ഗുണിച്ച് ലഭിച്ച ഉത്തരം കുറച്ച് വരയുടെ മുകളിലെഴുതുക. അതായത്;

$$\begin{array}{rcrcr} 4 & \times & 7 & = & 28 \; - \\ 15 & \times & 1 & = & 15 \\ \hline & & & & 13 \end{array}$$

$50\frac{13}{105}$

ഉത്തരം $50\frac{13}{105}$

സ്വയം ചെയ്യുക:

1. $60\frac{5}{16} - 10\frac{1}{7}$

2. $90\frac{4}{10} - 20\frac{1}{11}$

3. $300\frac{6}{17} - 100\frac{1}{5}$

മറ്റ് ഉദാഹരണങ്ങൾ നോക്കാം:

ഉദാ:1

$$60\frac{2}{7} + 40\frac{1}{5} - 10\frac{3}{11}$$

Step I

ആദ്യം 60 + 40 - 10 = 90 എഴുതി മദ്ധ്യത്തിലൂടെ ഒരു വര വരയ്ക്കുക.

$$\overset{+}{\frown}\quad\overset{+}{\frown}$$

$$60\frac{2}{7} + 40\frac{1}{5} - 10\frac{3}{11}$$

90 ———

Step II

$$60\frac{2}{\square} + 40\frac{1}{5} - 10\frac{3}{11}$$

$60\frac{2}{7}$ ന്റെ 7 നെ മറച്ച് ശേഷിക്കുന്ന 5 x 11 = 55 നെ $60\frac{2}{7}$ ന്റെ 2 കൊണ്ട് ഗുണിച്ച് 55 x 2 = 110 വരയുടെ മുകളിലെഴുതുക

90 110+

Step III

$$60\frac{2}{7} + 40\frac{1}{\square} - 10\frac{3}{11}$$

ഇനി $40\frac{1}{5}$ ന്റെ 5 നെ മറച്ച് ശേഷിക്കുന്ന സംഖ്യകളായ 7 നെ 11 കൊണ്ട് ഗുണിച്ച് കിട്ടിയ 77 കൊണ്ട് $40\frac{1}{5}$ ന്റെ 1 കൊണ്ട് ഗുണിച്ച് നേരത്തെ കിട്ടിയ 110 ന്റെ തൊട്ടപ്പുറത്ത് എഴുതുക. 77 x 1 = 77

$$90\ \overline{110 + \boxed{77} -}$$

Step IV

$$60\frac{2}{7} + 40\frac{1}{5} - 10\frac{3}{\square}$$

ഇനി $10\frac{3}{11}$ ന്റെ 11 നെ മറച്ച് ശേഷിക്കുന്ന സംഖ്യകളായ 7 നെ 5 കൊണ്ട് ഗുണിച്ച് $10\frac{3}{11}$ ന്റെ 3 കൊണ്ട് ഗുണിച്ചാൽ 55 x 3 = 165 നേരത്തെ കിട്ടിയ ഉത്തരത്തിലൂടെ അപ്പുറത്തെഴുതുക.

$$90\frac{110 + 77 - \boxed{165}}{}$$

Step V

$$60\frac{2}{\boxed{7}} + 40\frac{1}{\boxed{5}} - 10\frac{3}{\boxed{11}}$$

ഇനി താഴത്തെ 7 x 5 x 11 ഗുണിച്ച് വരയുടെ താഴത്തെഴുതുക = 385

$$90\frac{110 + 77 - 165}{\boxed{385}}$$

Step VI

$$90\frac{\boxed{110} \overset{+}{+} \boxed{77} \overset{-}{-} \boxed{165}}{385}$$

ഇനി

$$\begin{array}{r} 110 + \\ 77 \\ \hline 187 \\ 165 \\ \hline 12 \end{array} \qquad \boxed{90\frac{12}{385}}$$

ഉത്തരം $90\frac{12}{385}$

ഇതുപോലുള്ള കുറച്ച് കണക്കുകൾ സ്വയം ചെയ്തു നോക്കുക:

1. $600\frac{3}{11} + 200\frac{2}{7} - 100\frac{3}{5}$

2. $700\frac{3}{4} + 100\frac{1}{7} - 50\frac{4}{11}$

3. $600\frac{2}{9} + 100\frac{3}{5} - 50\frac{2}{7}$

4. $800\frac{3}{7} + 100\frac{1}{5} - 100\frac{2}{9}$

സങ്കലനവും വ്യവകലനവും

പഴയ ആശാരിമാരും കച്ചവടക്കാരും പലകയിൽ കരിക്കട്ട കൊണ്ടൊക്കെയാണ് കണക്കുകൾ ചെയ്യാറുള്ളത്. ഇവിടെ സങ്കലനവും വ്യവകലനവും ചെയ്യുന്നത് വളരെ രസകരമായാണ്.

ഉദാ: 63 +102 + 35 +104 -209

Step I

+ + + -

6[3] +10[2] + 3[5] +10[4] - 20[9]

വലതുഭാഗത്തെ സംഖ്യകൾ 3 + 2+ 5+ 4 - 9 = 14 - 9 = 5 ഉത്തരത്തിന്റെ വലതുഭാഗത്തെഴുതുക.

5

Step II

+ + + -

[6]3 +[10]2 +[3]5 +[10]4 -[20]9

ശേഷിക്കുന്ന സംഖ്യകൾ 6 + 10 + 3 + 10 - 20

29 - 20 = 9 നേരെ എഴുതിയ ഉത്തരത്തിന്റെ ഇടതുഭാഗത്ത് ചേർക്കുക.

[95]

ഉത്തരം 95

1
4
2
3
5
6
7

കുറച്ച് കണക്കുകൾ ചെയ്തു നോക്കുക:

1. 42 + 203 +105 +102 -307

2. 63 + 403 +302 +405 +101 -309

3. 702 + 102 + 50 + 13 -206

4. 802 +102 + 302 + 105 - 607

5. 803 + 306 + 18 - 109

വർഗ്ഗം

ഭാരതീയ രീതികൾ വർഗ്ഗത്തിന് ധ്വയാംഗ സംഖ്യയായി പരിഗണിക്കാറുണ്ട്, ഇവ ചെയ്യുന്ന വിധം നോക്കാം.

ഉദാ: $(43)^2$

Step I

43 ന്റെ വലതുഭാഗത്തെ സംഖ്യയായ 3 ന്റെ വർഗ്ഗം ഉത്തരത്തിന്റെ വലതുഭാഗത്തെഴുതുക.

$(4\boxed{3})^2$

$3^2 = 9$

$\boxed{9}$

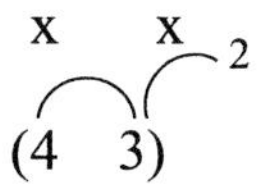

Step II

ഇനി 2 നെ 3 കൊണ്ടും 4 കൊണ്ടും ഗുണിക്കൂ. $2 \times 3 \times 4 = 24$ ൽ 4 ഉത്തരത്തിലെഴുതി 2 ശിഷ്ടം

$\boxed{2}$ ശിഷ്ടം

$\boxed{4}$ 9

Step III

4 ന്റെ വർഗ്ഗം ഒപ്പം ശിഷ്ടം രണ്ടു കൂട്ടി എഴുതുക.

16 + 2 =18 ഉത്തരത്തിലെഴുതുക.

| 18 | 49 =

ഉത്തരം = 1849

കുറച്ച് സംഖ്യകളുടെ വർഗ്ഗം ചെയ്യുക:

1. $(63)^2$

2. $(73)^2$

3. $(84)^2$

4. $(95)^2$

5. $(62)^2$

ബീജഗണിതവും ഇതുപോലെ തന്നെ ചെയ്യുക:

ഉദാ: $(6p + 4)^2$

Step I

ആദ്യം വലതുഭാഗത്തെ 4 ന്റെ വർഗ്ഗം 16 ഉത്തരത്തിലെഴുതുക.

$(6p \quad + \boxed{4} \;)^2 \quad (4)^2 = +16$

$\boxed{+16}$

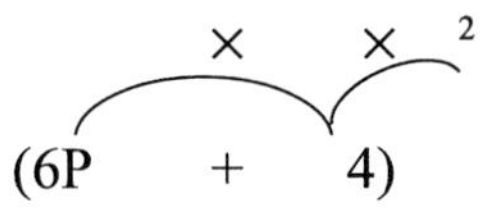

Step II

2 കൊണ്ട് 4 നെയും 6p യെയും ഗുണിച്ചെഴുതുക.

$= 2 \times 4 \times 6p \quad = 48p$ ഉത്തരത്തിലെഴുതുക

$\boxed{+48p} \quad +16$

Step III

6p യുടെ വർഗ്ഗം എഴുതുക $(6p)^2 = 36p^2$

$\boxed{36p^2} + 48p + 16$

$= 36p^2 + 48p + 16$

മറ്റ് ഉദാഹരണങ്ങൾ ചെയ്യുക:

1. $(8x + 4)^2$

2. $(9m + 6)^2$

3. $(8b + 5)^2$

4. $(9b + 3)^2$

മൂന്നക്ക സംഖ്യകളുടെ വർഗ്ഗം

ഉദാ: $(4\ 2\ 3)^2$

Step I

ഏറ്റവും വലതുഭാഗത്തെ സംഖ്യയായ $\boxed{3}$ ന്റെ വർഗ്ഗം 9 ഉത്തരത്തിന്റെ വലതുഭാഗത്തെഴുതുക.

$(4\ 2\ \boxed{3})^2 \qquad 3^2 = 9$

$\boxed{9}$

Step II

ഇനി പൊതുവായ 2 കൊണ്ട് 3 നെയും 2 നെയും ഗുണിക്കുക. $2 \times 3 \times 2 = 12$. ഇതിൽ 2 ഉത്തരത്തിൽ ചേർത്ത് 1 ശിഷ്ടം.

$(4\ \boxed{2}\ \boxed{3}) \qquad 2 \times 3 \times 2 = 1\boxed{2}$

1 ശിഷ്ടം

$\boxed{2}\ 9$

Step III

പൊതുവായ 2 കൊണ്ട് 3 നെയും 4 നെയും ഗുണിച്ച് മദ്ധ്യത്തിലുള്ള 2 ന്റെ വർഗ്ഗം കൂട്ടുക. $2 \times 3 \times 4 = 24 + 2^2 = 28 +$ ശിഷ്ടം 1 = 29.

9 ഉത്തരത്തിൽ ചേർന്ന 2 ശിഷ്ടം.

$\times \quad \times \quad \boxed{2}$

$(\boxed{4} \quad 2 \quad \boxed{3}) \qquad 2 \times 3 \times 4 = 24 +$

$2^2 = 4$

$28 +$

2 ശിഷ്ടം   ശിഷ്ടം = 1

$\boxed{9}\ 2\ 9 \qquad 29$

Step IV

പൊതുവായ 2 കൊണ്ട് 2 നെയും 4 നെയും ഗുണിക്കൂ. $2 \times 2 \times 4 = 16 +$ ശിഷ്ടം 2 = 18.

8 ഉത്തരത്തിൽ എഴുതുക 1 ശിഷ്ടം

$\times \quad \times \ 2$

$(\boxed{4} \quad \boxed{2} \quad 3\ ) \qquad 2 \times 2 \times 4 = 16 +$

1 ശിഷ്ടം   നേരത്തെ ശിഷ്ടം = 2

$\boxed{8}\ 9\ 2\ 9 \qquad 18$

Step V

ഇടതുഭാഗത്തെ 4 ന്റെ വർഗ്ഗം 16 + ശിഷ്ടം 1 = 17. ഉത്തരത്തിൽ ചേർക്കുക.

$\boxed{17} \quad 8\ 9\ 2\ 9 \qquad 4^2 = 16 +$

ശിഷ്ടം = 1

17

ഉത്തരം = 178929

ഇതുപോലെ മറ്റ് ഉദാഹരണങ്ങൾ ചെയ്യുക:

1. $(1 \quad 3 \quad 2)^2$

2. $(5 \quad 2 \quad 3)^2$

3. $(6 \quad 2 \quad 4)^2$

4. $(7 \quad 2 \quad 5)^2$

ബീജഗണിത സംഖ്യയും ഇങ്ങനെ ചെയ്യാം

ഉദാ: 1

$(4x^2 \quad + \quad 5x \ + 6)^2$

Step I

വലതുഭാഗത്തെ 6 ന്റെ വർഗ്ഗം $(6)^2 = 36$. ഉത്തരത്തിലെഴുതുക.

$(4x^2 \quad + \quad 5x \ \boxed{+6}\ )^2 \qquad (+6)^2 = 36$

$\boxed{+36}$

Step II

ഇനി പൊതുവായ 2 കൊണ്ട് 6 നെയും 5 നെയും ഗുണിച്ച് $2 \times 6 \times 5 = 60\,x$ ചേർത്ത് ഉത്തരത്തിൽ ചേർക്കുക.

$(4x^2 + \boxed{5x}\ \boxed{+6}\ )^{\boxed{2}} \qquad = 2 \times 6 \times 5x = 60x$

$+6x \quad + 36$

Step III

പൊതുവായ 2 കൊണ്ട് 6 നെയും 4 നെയും ഗുണിച്ച് 5x ന്റെ വർഗ്ഗം കൂട്ടി ഉത്തരത്തിലെഴുതുക.

$$2 \times 6 \times 4 = 48$$

$$(5x)2 = 25x^2$$

$$73x^2$$

$+ 73x^2 \quad +60x \quad +36$

Step IV

പൊതുവായ 2 കൊണ്ട് 5x നെയും $4x^2$ നെയും ഗുണിക്കുക.

$2 \times 5x \times 4x^2 = 40x^3$ ഉത്തരത്തിലെഴുതുക.

$40x^3 \quad +73x^2 \quad +60x \ + 36$

Step V

ഇടതുഭാഗത്തെ $(4x^2)$ ന്റെ വർഗ്ഗം ചേർക്കുക. $(4x^2)^2 = \underline{\underline{16x^4}}$ ഉത്തരത്തിലെഴുതുക.

$16x^4 \quad + 40x^3 \quad +73x^2 +60x \quad +36$

കുറച്ച് ഉദാഹരണങ്ങൾ ചെയ്യുക:

1. $(4x^2 + 5x + 6)^2$

2. $(3x^2 + 6x + 5)^2$

3. $(5x^2 + 6x + 7)^2$

4. $(5x^2 + 4x + 6)^2$

5. $(3x^2 + 4x + 5)^2$

വർഗ്ഗമൂലം

ഭാസ്കരാചാര്യരുടെ *ലീലാവതി*യിൽ വരെ മനോഹരമായാണ് വർഗ്ഗ മൂലം ചെയ്യാൻ പറഞ്ഞിട്ടുള്ളത്.

ഉദാ: $\sqrt{576}$

Step I

ആദ്യം അവസാനത്തെ സംഖ്യ തൊട്ട് രണ്ടാമത്തെ അക്കം കഴിഞ്ഞാൽ കോമ ഇടുക.

$$\sqrt{5,76}$$

Step II

5 ന് വർഗ്ഗമൂലമില്ല. അടുത്തുവരുന്ന 4 നാണ് വർഗ്ഗമൂലം. 2 മുകളിലെഴുതി അതിന്റെ ഇരട്ടി 4 താഴെ ഇടതുഭാഗത്തെഴുതുക.

ഇരട്ടി $\boxed{2}$

$\boxed{4}\sqrt{5,76}$

4

Step III

5 ന്റെ തൊട്ട് താഴെയുള്ള 4 കുറച്ച് അടുത്ത സംഖ്യയായ 7 താഴെ ഇറക്കിയെഴുതുക.

2
4 √5,7 6
4 ↓
1 7

Step IV

താഴെ ഉള്ള 17 നെ ഇടതുഭാഗത്തെഴുതിയ 4 കൊണ്ട് ഹരിച്ച് ഉത്തരം 4 മുകളിലെഴുതുക.

2 4 ← ഹരണഫലം 4 മുകളിലെഴുതി
4 √5, 7 6
ഹരിക്കുക 4
1 7
1 6

Step V

17 ൽ നിന്ന് 16 കുറച്ചാൽ 1. തൊട്ടടുത്ത 6 താഴെ ഇറക്കിയെഴുതി മുകളിലെഴുതിയ 4 ന്റെ വർഗ്ഗം 16 കുറച്ചെഴുതുക.

2 4
4 √5, 7 6
4
1 7
1 6
1 6
1 6
0

വർഗ്ഗമൂലം =24

ഉദാ: 2

$$\sqrt{1\quad 1\;\;5\;\;6}$$

Step I

ഏറ്റവും അവസാനത്തെ സംഖ്യ മുതൽ രണ്ടക്കം കഴിഞ്ഞാൽ കോമ ഇടുക.

$$\sqrt{1\quad 1,\;5\;\;6}$$

Step II

11 ന് വർഗ്ഗമൂലം ഇല്ല. അടുത്ത സംഖ്യയായ 9 ന്റെ വർഗ്ഗമൂലം 3 മുകളിലെഴുതുക. 3 ന്റെ ഇരട്ടി 6 ഇടതുഭാഗത്തെഴുതുക.

ഇരട്ടി ┌─ [3]

[6] $\sqrt{1\,1,\;5\;\;6}$

9

Step III

11 നെ 9 കൊണ്ട് കുറച്ച് 2 താഴെയെഴുതി തൊട്ടടുത്ത 5 താഴെ ഇറക്കിയെഴുതുക.

3

6 $\sqrt{1\,1,\;5\;\;6}$

9 ↓

[2] 5

Step IV

താഴെ എഴുതിയ 25 നെ ഇടതുഭാഗത്തെ 6 കൊണ്ട് ഹരിച്ച് ഹരണഫലം 4 മുകളിലെഴുതുക.

```
          3 4
  6    √ 1 1, 5 6
ഹരിക്കുക|   9
        |  ------
        |__ 2 5
            2 4
          -------
              1
```

Step V

തൊട്ടടുത്ത 6 താഴെത്തെഴുതി മുകളിലത്തെ 4 ന്റെ വർഗ്ഗം കുറയ്ക്കുക.

```
          3 [4]----------
  6    √ 1 1, 5 6        |
            9            |
         -------         |
            2 5          |
            2 4          |
         ---------       |
              1 6        |
              1 6 -------
         ---------
                0
```

വർഗ്ഗമൂലം = 34

സ്വയം ചെയ്തുനോക്കൂ:

1. $\sqrt{529}$

2. $\sqrt{10\,2\,4}$

3. $\sqrt{6\quad 2\,5}$

4. $\sqrt{8\,6\,4\,9}$

ഉദാ: 3

$$\sqrt{2\ 7\ \ 4\ \ 5\ \ 7\ \ 6}$$

Step I

ഏറ്റവും അവസാനത്തെ സംഖ്യ മുതൽ രണ്ടക്കം കഴിഞ്ഞാൽ കോമ ഇടുക.

$$\sqrt{2\ 7,\ \ 4\ 5,\ \ 7\ \ 6}$$

Step II

ഇടതുഭാഗത്തെ 27 ന് വർഗ്ഗമൂലം ഇല്ല. അടുത്ത സംഖ്യ 25 നാണ് വർഗ്ഗമൂലമുള്ളത്. 25 ന്റെ വർഗ്ഗമൂലം 5 മുകളിലെഴുതി അതിന്റെ ഇരട്ടി 10 ഇടതുഭാഗത്തെഴുതുക.

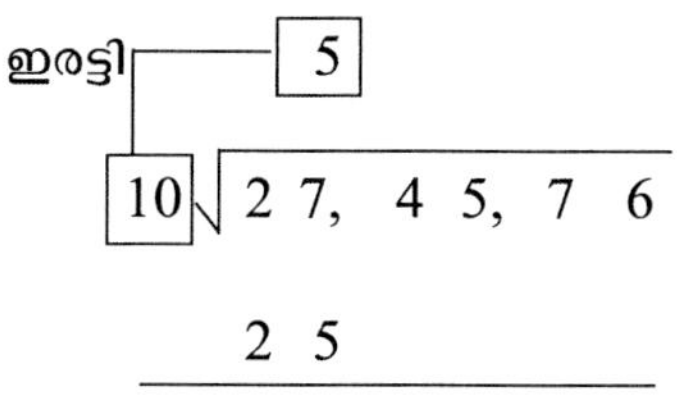

Step III

27 ൽ 25 കുറച്ച് 2 താഴെ എഴുതി തൊട്ടടുത്ത 4 ഇറക്കി എഴുതുക. അപ്പോൾ 29 കിട്ടും. ഇടതുഭാഗത്തെ 10 കൊണ്ട് 25 നെ ഹരിച്ചാലുള്ള ഹരണഫലം 2 മുകളിലെഴുതുക.

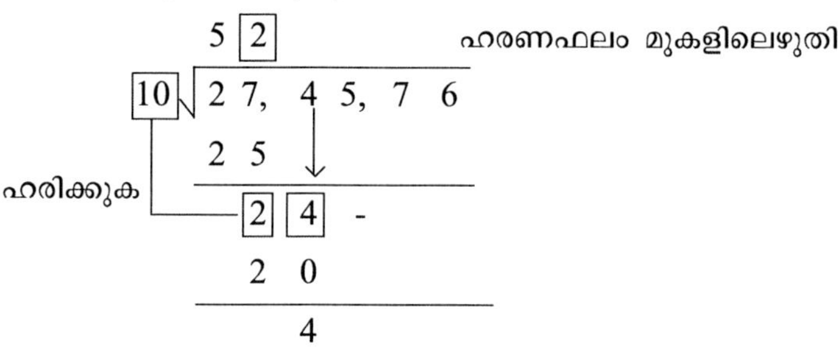

Step IV

ഇനി ഉത്തരത്തിലെഴുതിയ 2 ന്റെ ഇരട്ടി 10 നോട് ചേർത്ത് എഴുതുക.

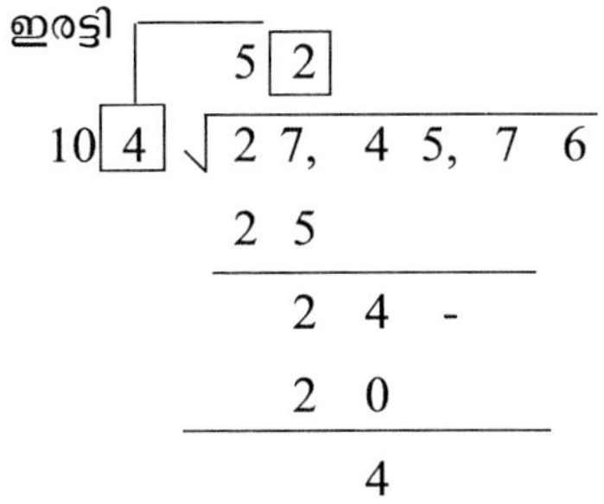

Step V

താഴെ എഴുതിയ 4 നോട് തൊട്ടടുത്ത 5 ചേർത്തെഴുതുക, ശേഷം മുകളിലെ ഉത്തരത്തിലെഴുതിയ 2 ന്റെ വർഗ്ഗം 4 കുറച്ച് അടുത്ത സംഖ്യ യായ 7 ഇറക്കി എഴുതുക.

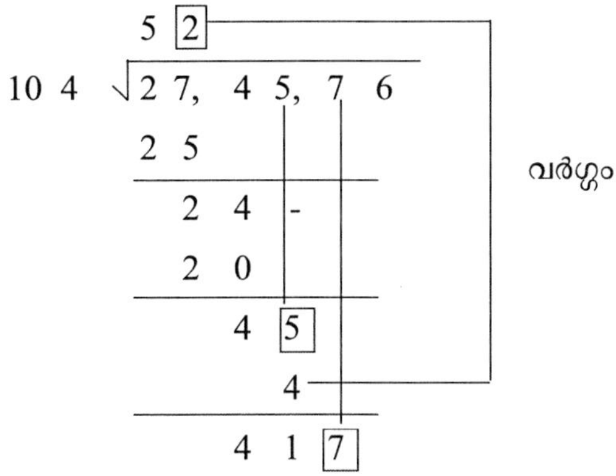

Step VI

താഴെ ഉള്ള 417 നെ ഇടതുഭാഗത്തെ 104 കൊണ്ട് ഹരിച്ച് ഹരണ ഫലം 4 ഉത്തരത്തിലെഴുതുക.

5 2 4 ← ഹരണഫലം

104 | √27, 45, 76

2 5

2 4 -

2 0 ഹരിക്കുക

4 5

4

4 1 7 -

4 1 6

1

Step VII

5 2 4

104 | √27, 45, 76

2 5

2 4 -

2 0

4 5

4

4 1 7-

4 1 6

1 6

1 6

0

ഇറക്കിയെഴുതുക

ന്റെ വർഗ്ഗം

വർഗ്ഗമൂലം = 524

ഇതുപോലെ മറ്റൊരുദാഹരണം കൂടി ചെയ്തു നോക്കാം:

$\sqrt{5\ 5\ 6\ 9\ 6}$

Step I

ഏറ്റവും അവസാനത്തെ സംഖ്യ തൊട്ട് രണ്ടക്കം കഴിഞ്ഞാൽ കോമ ഇടുക.

$\sqrt{5,\ 5\ 6,\ 9\ 6}$

Step II

ആദ്യത്തെ സംഖ്യയായ 5 ന് വർഗ്ഗമൂലം ഇല്ല. അടുത്ത സംഖ്യയായ 4 ന് വർഗ്ഗമൂലം ഉണ്ട്. 4 ന്റെ വർഗ്ഗമൂലം 2 മുകളിലെഴുതി അതിന്റെ ഇരട്ടി ഇടതുഭാഗത്തെഴുതുക.

```
ഇരട്ടി  ┌── [2]
       [4]   √5,  5 6, 9 6
               4
             ─────
```

Step III

5 നെ തൊട്ടു താഴെയുള്ള 4 ൽ കുറച്ച് 1 ഇറക്കിയെഴുതുക. തൊട്ടടുത്ത സംഖ്യ 5 വലതുഭാഗത്ത് ചേർത്തെഴുതുക. ഇപ്പോൾ 15. 15 നെ ഇടതുഭാഗത്തെ 4 കൊണ്ട് ഹരിച്ചാൽ ഹരണഫലം [3] ഉത്തരത്തിലെഴുതുക.

```
              2  3 ────────  ഹരണഫലം
        [4]  √5,  5 6, 9 6
         │     4  ↓
ഹരിക്കുക  │   ──────────
         └── [1  5]
               1  2
             ────────
                  3
```

Step IV

15 ൽ 12 കുറച്ച് 3 എഴുതി തൊട്ടടുത്ത സംഖ്യയായ 6 ഇറക്കി എഴുതുക.

```
       2   3
     _____________
4   √ 5,  5 6, 9  6
       4      |
    ----------|
       1   5  |
       1   2  ↓
    ----------
           3  6
```

Step V

ഉത്തരത്തിലെ 3 ന്റെ ഇരട്ടി ഇടതുഭാഗത്തെഴുതിയ 4 നോട് ചേർത്ത് വയ്ക്കുക.

```
ഇരട്ടി  ┌────  2 [3]
         |    _____________
     4 [6]  √ 5,  5 6, 9  6
              4      |
           ----------|
              1   5  |
              1   2  ↓
           ----------
                  3  6
```

Step VI

ഉത്തരത്തിലെഴുതിയ 3 ന്റെ വർഗ്ഗം താഴെ എഴുതിയ 36 ൽ കുറച്ച് 27. അടുത്ത സംഖ്യയായ 9 ഇറക്കിയെഴുതുക.

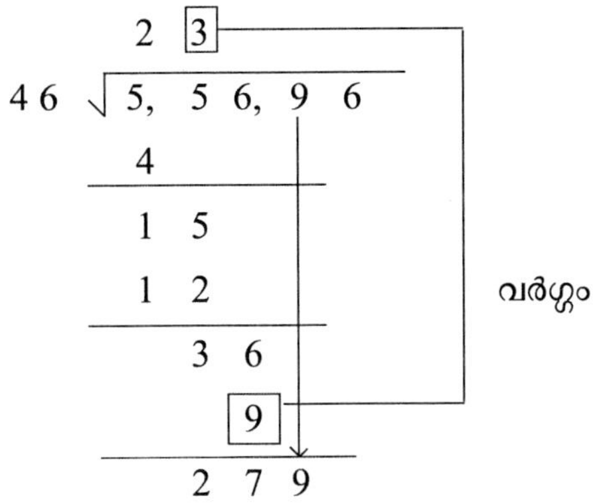

Step VII

ഇനി താഴെയെഴുതിയ 279 നെ ഇടതുഭാഗത്തെഴുതിയ 46 കൊണ്ട് ഹരിച്ച് ഹരണഫലം 6 മുകളിലെഴുതുക.

```
        2  3  6
46  √ 5,  5 6, 9  6
        4
      ------------
        1  5
        1  2
      ------------
           3  6
              9
      ------------
           2  7 9-
           2  7  6
      ------------
                 3
```

Step VIII

279 ൽ 278 കുറച്ച് എഴുതിയ 3 ന് കൂടെ തൊട്ടടുത്ത 6 ഇറക്കിയെഴുതുക. ഉത്തരത്തിലെഴുതിയ 6 ന്റെ വർഗ്ഗം കുറയ്ക്കുക.

```
          2  3  6
46    √ 5,  5  6,  9  6
        4
      ----------------
        1  5
        1  2
      ----------------
           3  6
              9
      ----------------
           2  7  9
           2  7  6
      ----------------
                 3  6
                 3  6
             ---------
                    0
```

വർഗ്ഗമൂലം =236

കുറച്ച് ഉദാഹരണങ്ങൾ ചെയ്യുക:

1. $\sqrt{28\ 8369}$

2. $\sqrt{52\ 41\ 76}$

3. $\sqrt{67\ 73\ 29}$

4. $\sqrt{87\ 23\ 56}$

ഘനവും
മൂന്നുവർഷത്തെ കൂട്ടുപലിശയും

100, 1000, 10000.... തുടങ്ങി അടിസ്ഥാന സംഖ്യകളുടെ അടുത്ത സംഖ്യകളുടെ ഘനം (cube)

ഉദാ: $(102)^3$

Step I

ഇടതുഭാഗത്തെ 1 താഴെ ഇറക്കിയെഴുതുക.

$(102)^3$

$\boxed{1}$

Step II

ഇടതുഭാഗത്തെ 1 നെ വലതുഭാഗത്തെ 2 കൊണ്ട് ഗുണിച്ച് നേരത്തെ എഴുതിയ ഉദാഹരണത്തിന്റെ കുറച്ച് അകലെ എഴുതുക. $1 \times 2 = 2$

$\times$

$(\overset{\frown}{102})^3 \quad 1 \times 2 = 2$

$1 \qquad \boxed{2}$

Step III

മുൻ സ്റ്റെപ്പിൽ ലഭിച്ച ഉത്തരമായ 2 നെ 102 ന്റെ വലതുഭാഗത്തെ 2 കൊണ്ട് ഗുണിച്ച് $2 \times 2 = 4$ ഉത്തരത്തിന്റെ കുറച്ച് അകലെയായി എഴുതുക.

$(102)^3$

ഗുണിക്കുക

1 2 [4]

Step IV

മുൻ സ്റ്റെപ്പിൽ ലഭിച്ച 4 നെ 102 ന്റെ വലതുഭാഗത്തെ സംഖ്യയായ 2 കൊണ്ട് ഗുണിച്ച് $4 \times 2 = 8$ ഉത്തരത്തിന്റെ കുറച്ച് അകലെ എഴുതുക.

$(102)^3$

ഗുണിക്കുക

1 2 4 [8]

Step V

ഇനി മദ്ധ്യത്തിലുള്ള രണ്ട് സംഖ്യകളുടെയും അതായത് 2, 4 ഇരട്ടി തൊട്ടു താഴെ എഴുതുക.

$(102)^3$

1 [2] [4] 8

ഇരട്ടി ഇരട്ടി

0 [4] 8 0

Step VI

കൂട്ടി താഴെ എഴുതുക. ഓരോ സ്റ്റെപ്പിനും രണ്ടക്കം വേണം, ഇല്ലെങ്കിൽ ഇടതുഭാഗത്തു 0 ചേർക്കണം.

$(102)^3$

1 2 4 8

0 4 8 0

1 <u>06</u> 12 <u>08</u>

6 ഒറ്റ അക്കമാണ് രണ്ടക്കമാവാൻ ഇടതുഭാഗത്ത് 0 ചേർത്തു.

8 ഒറ്റ അക്കമാണ് രണ്ടക്കമാവാൻ പൂജ്യം ചേർത്തു.

ഉത്തരം $=(102)^3$

1061208

ഉദാ: $(103)^3$

Step I

103 ന്റെ ഇടതുഭാഗത്തെ 1 താഴെ ഇറക്കിയെഴുതുക.

$(103)^3$

1

Step II

മുൻ സ്റ്റെപ്പിൽ ഉത്തരമായി ഇറക്കിയെഴുതിയ 1, നെ 103 ന്റെ വലതു ഭാഗത്തെ 3 കൊണ്ട് ഗുണിച്ച് $1 \times 3 = 3$ എഴുതുക.

$(103)^3$

ഗുണിക്കുക

1 3

Step III

മുൻ സ്റ്റെപ്പിൽ ഉത്തരമായി ഇറക്കിയെഴുതിയ 3 നെ 103 ന്റെ വലതു

5

ഭാഗത്തെ 3 കൊണ്ട് ഗുണിച്ച് $3 \times 3 = 9$ ഉത്തരത്തിലെഴുതുക.

$(103)^3$

ഗുണിക്കുക

1 3 [9]

Step IV

മുൻസ്റ്റെപ്പിൽ ഉത്തരമായെഴുതിയ 9 നെ 103 ന്റെ വലതുഭാഗത്തെ 3 കൊണ്ട് ഗുണിച്ച് $9 \times 3 = 27$ ഉത്തരത്തിലെഴുതുക.

$(103)^3$

ഗുണിക്കുക

1 3 9 [27]

Step V

മദ്ധ്യത്തിലുള്ള 3, 9 ന്റെ ഇരട്ടി താഴെ എഴുതി കൂട്ടിയാൽ ഉത്തരമായി.

1 3 9 27

0 6 18 0

1 09 27 27

രണ്ടക്കമില്ലാത്തതുകൊണ്ട് പൂജ്യം ചേർത്തു.

$(103)^3 = 1092727$

ഈ ഘനം കാണുന്ന രീതി 3 വർഷത്തെ കൂട്ടുപലിശ കാണുന്നതിനുപയോഗിക്കാം.

ഉദാ: 1

നിക്ഷേപത്തുക=1000000

പലിശ = 4% വാർഷികം

3 വർഷത്തെ കൂട്ടുപലിശ കാണുക ചുവടെ കാണിച്ചിരിക്കുന്നതു പോലെ ചെയ്യുക.

Step I

നിക്ഷേപത്തുക, ഒരു വർഷം, രണ്ടു വർഷം, 3 വർഷം

$$1000000 \times \frac{104}{100} \times \frac{104}{100} \times \frac{104}{100}$$

Step II

$$1\cancel{000000} \times \frac{104}{1\cancel{00}} \times \frac{104}{1\cancel{00}} \times \frac{104}{1\cancel{00}}$$

$$104 \times 104 \times 104 = (104)^3$$

എളുപ്പവഴിയിൽ ചെയ്താൽ

$(104)^3$

1	4	16	64
	8	32	
1	12	48	64

1124864 – 1000000

പലിശ = 124864

കുറച്ച് കണക്കുകൾ ചെയ്തു നോക്കുക:

1. $(105)^3$

2. $(106)^3$

3. നിക്ഷേപത്തുക = 2000000

പലിശ വാർഷികം = 8%

3 വർഷത്തെ കൂട്ടുപലിശ കണക്കാക്കുക

ഏതു സംഖ്യയുടെയും ഘനം കാണാൻ

ഉദാ: $(21)^3$

Step I

21 ന്റെ 2 നെ a ആയും 1 നെ b യായും കണക്കാക്കുക.

a b

$(2\ \ 1)^3$

Step II

ചുവടെ കൊടുത്തപോലെ ചെയ്യുക.

a^3, a^2b ab^2 b^3

$(2)^3$	$2^2 \times 1$	2×1^2	1^3
8	4	2	1

Step III

മദ്ധ്യത്തിലുള്ള 4, 2 ഇരട്ടി എഴുതിക്കൂട്ടി ഉത്തരത്തിലെഴുതിയാൽ മതി.

$(21)^3$

	8	$\boxed{4}$	$\boxed{2}$	1
ശിഷ്ടം	1	8	4	
	9	2	6	1

ഉത്തരം = 9261

ഉദാ: 2

$(32)^3$

Step I

32 ന്റെ 3 നെ a യായും 2 നെ b യായും സങ്കല്പിച്ച് ചുവടെ കൊടുത്ത പോലെ ചെയ്യുക.

a	b
3	2

Step II

a^3	a^2b	ab^2	b^3
$(3)^3$	$3^2 \times 2$	3×2^2	2^3
27	18	12	8

Step III

മദ്ധ്യത്തിലുള്ള 18, 12 ഇരട്ടി താഴെ എഴുതിക്കൂട്ടി ഉത്തരത്തിലെഴുതിയാൽ മതി.

	ഇരട്ടി 3	ഇരട്ടി	
27	18	12	8
5	36	24	
32	7	6	8

$(32)^3 = 32768$

കുറച്ച് ഉദാഹരണങ്ങൾ ചെയ്യുക:

1. $(4\ 3)^3$

2. $(2\ \ 3)^3$

3. $(4\ \ 2)^3$

100, 1000, 10000 സംഖ്യകളുടെ തൊട്ടു താഴെയുള്ള അക്കങ്ങളുടെ ഘനം.

ഉദാ: $(96)^3$

Step I

ഇവിടെ 96 നൂറിന്റെ തൊട്ടുതാഴെയുള്ള സംഖ്യയാണ്. 96 നൂറിലേക്ക് 4. ഇനി ചുവടെ ചെയ്തതുപോലെ ചെയ്തു നോക്കുക:

4

$96 - \boxed{2} \times 4$	$\boxed{3} \times 4^2$	$(4)^3$
പൊതുവായ 2	പൊതുവായ 3	
96-8	48	64

Step II

96-8	48	64
	48 നെ 1 കുറയ്ക്കുക	100 നെ 64 കുറയ്ക്കുക
88	48−1=47	36

ഉത്തരം = 88 47 36

ഉദാ: 2

$(995)^3$

Step I

995 എന്ന സംഖ്യ 1000 ത്തിന് തൊട്ടു താഴെയുള്ള സംഖ്യയാണ്. അതുകൊണ്ട് 995 ആയിരത്തിലേക്ക് 5. ഇനി താഴെ ചെയ്തതുപോലെ ചെയ്യുക.

$995 - \boxed{2} \times 5$ / $\boxed{3} \times 5^2$ / 5^3

995-10 / 75 / 125

Step II

985 / 075 / 125

		1000 ത്തിലേക്ക്
	075-1	125 കുറയ്ക്കുക
985	074	875

ഉത്തരം = 985074875

കുറച്ചു കണക്കുകൾ ചെയ്തു നോക്കൂ:

1. $(9996)^3$

2. $(994)^3$

3. $(999993)^3$

ലസാഗു, ഉസാഘ

യു പി ലെവൽ വിദ്യാർത്ഥികൾക്കു വളരെ ബുദ്ധിമുട്ടുള്ള വിഷയ മാണിത്. ഭാരതീയ ഗണിതത്തിൽ ഇവ കൈകാര്യം ചെയ്തത് എങ്ങനെ യെന്ന് നോക്കാം.

ഉദാ: 1

48, 56

ലസാഗു, ഉസാഘ കാണുക
LCM HCF

Step I

48, 56 ൽ പോവുന്ന ഏറ്റവും വലിയ സംഖ്യ കണ്ടെത്തുക. 48, 56 ൽ പോവുന്ന ഏറ്റവും വലിയ സംഖ്യ 8 ആണ്. അതുകൊണ്ട് 8 ആണ് ഇതിന്റെ ഉസാഘ (HCF)

ഇനി ചുവടെ ശ്രദ്ധിക്കുക.

48, 56

8 HCF

1
2
3
4
5
6
7
8

Step II

ഇനി ഉസാഘ (HCF) ആയ 8 നെ 48 കൊണ്ടോ, 56 കൊണ്ടോ ഹരിച്ച് തൊട്ടു മുകളിലെഴുതുക. ശേഷം ക്രോസായി ഗുണിച്ചാൽ മതി.

ഗുണിക്കുക 7 ഹരണഫലം

48, 56

8 ഹരിക്കുക

അതായത് 48×7

ലസാഗു = 336

(LCM)

ഉദാ : 2

45, 54

ലസാഗു, ഉസാഘ കാണുക

Step I

45, 54 ൽ പോവുന്ന ഏറ്റവും വലിയ ഘടകം 9, 9 ആണ് ഉസാഘ (HCF).

ഇനി ശ്രദ്ധിക്കുക

45, 54

9 HCF

Step II

ഇനി ഉസാഘ ആയ 9 കൊണ്ട് 45 നെയോ 54 നെയോ ഹരിച്ച് ഹരണഫലം തൊട്ടു മുകളിലെഴുതി ക്രോസായി ഗുണിച്ചാൽ ലസാഗു കിട്ടും.

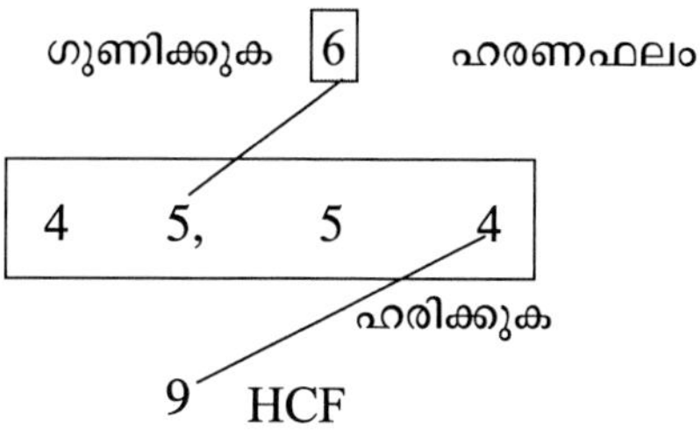

45 × 6

ലസാഗു = 270

ഇത്തരം കുറച്ച് ഉദാഹരണം ചെയ്യുക:

1. 88, 99 ലസാഗു, ഉസാഘ കാണുക.

2. 36, 48 ലസാഗു, ഉസാഘ കാണുക.

3. 63, 56 ലസാഗു, ഉസാഘ കാണുക:

ഉപസംഹാരം

വിവിധ മത്സരപ്പരീക്ഷകളിൽ തയ്യാറെടുക്കുന്നവർക്കും വിദ്യാർത്ഥികൾക്കും ശാസ്ത്ര ഗവേഷകർക്കും ഉപകരിക്കുന്ന രീതിയിലാണ് ഞാനീ പുസ്തകം എഴുതിയിട്ടുള്ളത്. കണക്കിനെ ഒരു ഭയമായി കാണുന്ന നമ്മുടെ വിദ്യാർത്ഥികൾക്കു ഒരു മുത്തശ്ശിക്കഥപോലെ രസകരമായ വിവിധ സ്റ്റെപ്പുകൾ ഉൾക്കൊള്ളിച്ചാണ് ഓരോ കണക്കും നിർദ്ധാരണം ചെയ്തിട്ടുള്ളത്. ഇന്ത്യയിൽ വലിയ മത്സരപ്പരീക്ഷാ പരിശീലന കേന്ദ്രങ്ങളിൽ ഉയർന്ന ഫീസു വാങ്ങിമാത്രം പഠിക്കേണ്ടിവരുന്ന ഈ വിഷയം ലളിതമായി എല്ലാവർക്കും പഠിക്കുന്ന തരത്തിൽ ആക്കിത്തീർക്കുകയാണ് ചെയ്തിട്ടുള്ളത്.

ഭീഷണിയും പ്രലോഭനങ്ങളും വന്നേക്കാം, കാരണം ഒരു ശ്ലോക സംഹിതയും ഈശ്വരകല്പനയും ഞാൻ ഇതിൽ ഉപയോഗിച്ചിട്ടില്ല. എല്ലാ മതസ്ഥർക്കും ധൈര്യപൂർവ്വം ഈ പുസ്തകം വാങ്ങിച്ച് പഠിക്കാം, നമ്മുടെ വൈദികഗ്രന്ഥങ്ങൾ ലോക നന്മയ്ക്കുവേണ്ടി സൃഷ്ടിച്ചതാണ്. ആ കാഴ്ചപ്പാടോടു കൂടിത്തന്നെയാണ് ഞാനീ ഗ്രന്ഥരചന നിർവ്വഹിച്ചതും, മതാന്ധന്മാർക്കു വിറളി പിടിക്കുമെന്നറിയാം. പക്ഷേ, ഈ നാടിന്റെ വിശാലമായ സംസ്കൃതി നെഞ്ചിലേറ്റുന്ന ഓരോ ഇന്ത്യക്കാരനും വേണ്ടി ഒരു നിറവും കലർത്താതെ ഈ പുരാണ ഗണിതസംഹിത സമർപ്പിക്കുന്നു.